மாயாதீதம்

மாயாதீதம்

என். ஸ்ரீராம்

மாயாதீதம்
| நாவல் |
என். ஸ்ரீராம் ©

முதற்பதிப்பு: ஜனவரி - 2024
பக்கங்கள்: 104

பதிப்பு: வசந்தி கலா
தமிழ்வெளி # 81

வெளியீடு
தமிழ்வெளி
1 - பாரதிதாசன் தெரு, சீனிவாசா நகர்
மலையம்பாக்கம், சென்னை - 600122
தமிழ்நாடு

•

Māyātītam
| Novel |
N. SriRam ©

First Edition: January - 2024
Pages: 104

Wrapper: Rashmi
InDesign: C. Meenatchi
Making & Printing
Production House: PY - 01 Literature

Publishing
TAMIZHVELI
1 - Bharathidasan Street, Srinivasa Nagar
Malayambakkam, Chennai - 600122
Tamil Nadu

+91 90 9400 5600
tamizhveli.com@gmail.com
www.Tamizhveli.Com
F - Tamizhveli   T - Tamizhveli

ISBN: 978-93-92543-59-3

₹ 120/-

என். ஸ்ரீராம்

shriramabhi07@gmail.com

திருப்பூர் மாவட்டம் தாராபுரம் அருகே நல்லிமடம் கிராமத்தில் பிறந்தவர். தந்தையார் மா. நாட்டராயசாமி, தாய் ஜானகி. மனைவி ராதா, மகன் அபிஷேக்குமார். இளங்கலை கூட்டுறவியல் படித்தவர். 1999இல் முதல் சிறுகதை 'நெட்டுக்கட்டு வீடு' கணையாழியில் வெளியானது. 'சீமை அம்பத்தாறு தேசம்' கணையாழி குறுநாவல் போட்டியில் பரிசு பெற்றது. 'தாமரை நாச்சி' கதை கணையாழி வாசகர் வட்டம் பரிசு பெற்றது. 'அருவி' சிறுகதை இலக்கியச் சிந்தனைப் பரிசு பெற்றது.

'வெளிவாங்கும் காலம்' இவரது முதல் சிறுகதைத் தொகுப்பு. அதைத் தொடர்ந்து 'மாடவீடுகளின் தனிமை, கெண்டை மீன் குளம், மீதமிருக்கும் வாழ்வு, கல் சிலம்பம், துருத்தி நடனம், மீசை வரைந்த புகைப்படம்' ஆகிய சிறுகதைத் தொகுப்புகளுடன் 'அத்திமரச்சாலை' என்ற நாவலையும் எழுதியுள்ளார். ந. முருகேசபாண்டியன் தேர்ந்தெடுத்து தொகுத்த என். ஸ்ரீராமின் 'தேர்ந்தெடுக்கப் பட்ட சிறுகதைகள்' ஒரு தொகுப்பும் 'உடுக்கை விரல்' எனும் தேர்ந்தெடுத்த சிறுகதைகள் ஒரு தொகுப்பும் வெளியாகியுள்ளன. இதில் 'மீதமிருக்கும் வாழ்வு' சிறந்த சிறுகதைத்தொகுப்பாக 2014ஆம் ஆண்டின் சுஜாதா விருது பெற்றது. இலக்கியவீதி அன்னம் விருது, 2017இல் கோவை விஜயா பதிப்பகம் வழங்கிய சிறந்த சிறுகதை ஆசிரியருக்கான புதுமைப்பித்தன் விருது ஆகியவை பெற்றுள்ளார். தற்போது சென்னையில் ஊடகத்துறையில் பணிபுரிகிறார்.

■

நன்றி

நாஞ்சில் நாடன்
வண்ணதாசன்
கலாப்ரியா
எஸ். ராமகிருஷ்ணன்
ஜெயமோகன்
எம். கோபாலகிருஷ்ணன்
யுகபாரதி
கதிர்பாரதி
ஜான்சி ராணி
மண்குதிரை
அகரமுதல்வன்

–

செண்பகக் குழல்வாய்மொழி
மிருதுளா

■

*பிரியத்தின் அடையாளமாகத் திகழ்ந்த
சித்தி புஷ்பாத்தாளுக்கு...*

■

நன்றி: சுரேஷ் குமார் ராமர்

மாயாதீதம்

என். ஸ்ரீராம்

01

உச்சிவானில் எரிவிண்மீன்கள் அடுத்து அடுத்து எரிந்து விழுந்தன. குடைச் சீத்தைகளுக்குள் மணிப் புறாக்களும் தவிட்டுப் புறாக்களும் அகாலத்தில் குரலிட்டு அடங்கின. எங்கும் அச்சுறுத்தும் அமைதி சூழ்ந்தது. கோட்டைமாரியம்மன் கோவில் வெளி சூன்யத்தில் மூழ்கியிருப்பது போல் பட்டது. வெளிமதில் நடைக் கல்படிக்கட்டில் உட்கார்ந்திருந்த நான் திரும்பி உள்ளே பார்த்தேன். கம்பிக் கதவுக்குள் சுடர்ந்து எரிந்த அகல் சட்டென அணைந்தது. இருளில் திடீரென விசித்திர ஒலிகள் எழத் தொடங்கின. என் கண்கள் உன்னித்து நோக்கின.

உடுக்கைகள் விசைகொண்டு ஒலித்தன. கொக்கரைகள் உச்சகட்டத்தில் முழங்கின. (கொக்கரை மாட்டுக் கொம்பு இசைக்கருவி). நிலம் நடுங்கியது. ஆகாயம் மின்னல் வெட்டி இடறியது. மண்பிரகாரம் எங்கும் ஒளிச் சுடர்கள் பிரகாசித்தன. விஸ்வரூபக் குதிரை

முன்னங்கால்களைத் தூக்கிக் கனைத்தது. கோட்டை மாரியம்மன் வலது காலை மடித்து இடது காலைத் தொங்கவிட்டபடி குதிரையின் முதுகில் ஏறி அமர்ந்திருந்தாள். சிரசில் ஜடாமகுடம். கழுத்தில் நாகசர்ப்ப அணிகலன்கள். எட்டுக் கரங்களிலும் வதம் செய்யும் கூராயுதங்கள். கண்கள் தணலாக ஒளிர்ந்தன. அரூப பரிவாரங்கள் தீப்பந்தங்கள் ஏந்தி முன்னே புறப்பட்டன. அடங்க மறுத்த விஸ்வரூபக் குதிரை தாவிப் பாய்ந்தது. வெளிமதில் நடைக்கதவு தானாகத் திறந்துகொண்டது.

நான் எழுந்து ஆறு இருக்கும் திசை நோக்கி ஓடத் தொடங்கினேன். விஸ்வரூபக் குதிரை வேகமாக எட்டுவைத்துப் பின்தொடரும் ஓசை விடாமல் கேட்டது. எனக்குத் திரும்பிப் பார்க்கப் பயம். மொத்த வலுவையும் திரட்டி ஓடினேன். அந்திமக் கணம் இது என்று உள்ளுக்குள் தோன்றியது. அரூப பரிவாரங்களின் தீப்பந்தங்கள் என்னைத் தாண்டிப் போயின. விஸ்வரூபக் குதிரை நெருங்கிவிட்டது. தப்பிக்க வழியில்லை. எட்டுத் திக்கும் அதிரும் கோட்டை மாரியம்மனின் அகோரச் சிரிப்பு. பற்களை நரநரக்கும் சப்தம். அசரீரி ஒலித்தது.

“பொய் சத்தியம் செய்த நீ... என் தண்டனையிலிருந்து தப்ப முடியாது மகனே...”

நான் விசையாக ஓடியபடியே திரும்பிப் பார்த்தேன். கோட்டைமாரியம்மனின் எட்டாவது கரத்தின் சூலாயுதம் நீண்டு என் பிடரியில் இறங்கியது. நிலத்தில் சரிந்து விழுந்தேன். விஸ்வரூபக் குதிரையின் கால் குளம்புகள் என் உடல் மீது ஏறிக் கடந்தன. வலியில் துடிதுடித்தேன். கண்கள் சொருகின. பிரக்ஞைத் தப்பியது.

■

02

கொடுமுடியிலிருந்து தாராபுரம் செல்லும் கடைசித் தனியார் பேருந்து. சனக்கூட்டம் மிகக்குறைவு. பெரும்பாலான இருக்கைகள் காலியாகவே கிடந்தன. அப்பா சன்னலில் எட்டி எட்டிப் பார்த்துக்கொண்டே வந்தார். இருளில் தென்னந்தோப்புகளும், சீமையோட்டுக் கூரைக்கொண்ட சிற்றூர்களும் பின்னோக்கிப் போய்க் கொண்டேயிருந்தன. ஆலமரத்தோடு கூடிய ஊரில் பேருந்து நின்ற போது அப்பா அவசரமாக என்னை இழுத்துக் கொண்டு இறங்கினார். படுதாப் பூட்டிய தேநீர்க் கடையின் முன்பு சிறுதிண்ணையில் படுத்திருந்த கருநாய் கீழே குதித்து எங்களிடம் வந்தது. அப்பா என்னைத் தோளில் தூக்கி வைத்து நடந்தார். கருநாயும் அமைதியாகப் பின்தொடர்ந்தது. சங்கரண்டாம் பாளையத்து

வீதிகள் வெறிச்சிட்டுக் கிடந்தன. ஊரைக் கடந்ததும் தெற்கு நோக்கிச் செல்லும் மண்சாலை இருளில் ஏகாந்தமாக நீண்டது. வீசும் குளிர்வாடைக் காற்றில் சூரியகாந்திப் பூவின் வாசனை கலந்து வந்தது.

அப்பா கோட்டைமாரியம்மன் கோவில் வந்து என்னைத் தோளிலிருந்து இறக்கிவிட்டார். கூட வந்த கருநாயைக் காணவில்லை. கோவில் வெளிநடை பூட்டி இருந்தது. கம்பிக் கதவுக்குப் பின்னே கருவறையில் ஒற்றை அகல் எரிந்தது. அப்பா கல்படிக்கட்டில் தலைவைத்து வணங்கியபடி என்னிடம் சொன்னார்.

"வேணு... நீயும் நல்லா வேண்டிக்கோடா... உன்னோட கண்ணு வலிக்கு ஒரு விடிவு பொறக்கும்... சக்தியுள்ள சாமி இது..."

பத்து வயதில் எனக்குச் சாமி சக்தியைப் பற்றியெல்லாம் எதுவும் அவதானிப்பு இல்லை. வெறுமனே கையெடுத்துக் கும்பிட்டு அப்பா செய்தது போலக் கல்படிக்கட்டின் முன்பு விழுந்து வணங்கினேன்.

குடைச்சீத்தைகளுக்குள் வங்குநரிகள் மாறிமாறி ஊளையிட்டன. முன்பனிக் காலத்தில் குளிர் இன்னும் அதிகமாயிற்று. அப்பா கல் படிக்கட்டில் உட்கார்ந்தார். நானும் அப்பாவை ஒட்டி உட்கார்ந்தேன். அப்பா கருவறையையே பார்த்தபடியிருந்தார். நேரமும் நகர்ந்தது. அப்பா பலமாக யோசித்தபடி என்னிடம் ஏதோ பேசமுயல்வது தெரிந்தது. தீவிரமான தயக்கம் அப்பாவை என்னிடம் பேசவிடாமல் செய்தது. அது அம்மாவைப் பற்றிய ரகசியமாகக் கூட இருக்கலாம். அப்போது திடீரென அகல் அணைந்தது. இருளில்

நெடிய மௌனம் வியாபித்தது. எனக்குக் கண்ணெரிச்சல் அதிகமாயிற்று. நீர் வடியத் தொடங்கிற்று. நான் அப்பாவின் இந்த மௌனத்தைக் குலைக்க விரும்பவில்லை. தாங்கிகொண்டு உட்கார்ந்து இருந்தேன். அடிக்கடி சட்டை நுனியால் ஒற்றித் துடைத்துக்கொண்டிருந்தேன். கிழக்குத் திசைக் காற்றுக்கு வாதநாராயண நுண்பழுப்பிலைகள் உதிர்ந்தன. அப்பா சட்டெனத் திரும்பி என்னைப் பார்த்தார்.

"என்ன கண்ணு நீ சொல்லறதில்லையா?"

அப்பா விசுக்கென்று எழுந்து பையிலிருந்து சொட்டு மருந்து எடுத்துவந்தார். என்னை மடியில் கிடத்தி இமையை விரித்துச் சொட்டு மருந்தை இரு கண்களுக்கும் சொட்டிட்டார். இமைகளை மூடிய கருமையில் நான் லயித்திருந்தேன். கண்ணெரிச்சல் குறைந்து வந்தது. தலைக்கு மேலே ஆள்காட்டிகள் கத்தியபோது அப்பா மீண்டும் என்னைத் தோளில் தூக்கி வைத்துக்கொண்டு ஏகாந்த மண்சாலையினூடே தெற்குப் பார்த்து நடந்தார். எங்கிருந்தோ கருநாயும் வந்துசேர்ந்து பின்தொடர்ந்தது. நான் அப்பாவிடம் கேட்டேன்.

"நாம எதுக்கு இங்க வந்திருக்கோம்ப்பா... கண்ணு வைத்தியரு யாராவது இங்க இருக்காங்கலா...?"

அப்பா பதில் பேசாமல் மண்சாலையில் விரைசலாகத் தொடர்ந்து நடந்தார். குவகாத்தி ரயில் நிலையத்தில் ரயில் ஏறும்போது நான் இதே கேள்வியை முதல்முறையாகக் கேட்டேன். அப்பா பதில் கூறவில்லை. கடந்த நான்கு தினங்களாக நான் ரயில்

பயணத்தின்போது தொடர்ந்து இதே மாதிரி கேள்வியைக் கேட்டபோதெல்லாம் அப்பா கனத்த மௌனத்தையே கடைபிடித்து வந்தார். காசிரங்கா தேசிய பூங்காவில் அப்பா என்ன வேலை செய்கிறார் என்று எனக்குத் தெரியவில்லை. அங்கு அப்பாவுக்கு மூங்கில் தட்டியடித்த ஒரு வீடு இருந்தது. இரவில் சர்வசாதாரணமாக ஒற்றைக் கொம்பு காண்டாமிருகங்கள் வாசலில் வந்துநின்றன. யானைக் கூட்டங்கள் அண்மையில் கடந்துபோயின. புலிக் குட்டிகளோடு விளையாண்டு கொண்டு தாய்ப்புலி சென்றதைக்கூட நான் ஒருமுறை பார்த்திருக்கிறேன். அப்பா அந்த மிருகங்களைப் பொருட்படுத்தியதேயில்லை. காலையில் பிரம்மபுத்திரா நதிப்படுகைக்கு மேலே சூரியன் எழுந்ததும் அப்பா துப்பாக்கியுடன் கிளம்பி கோலாகட் வனப் பகுதிக்குள் போய்விடுவார். அந்தி மஞ்சள் வெயில் மங்கும் தருணத்தில்தான் வீடு திரும்புவார். அதன்பின்பு நான் உறங்கும்வரை அப்பா மூங்கில் தட்டிக்கு வெளியே முன் திண்ணையில் அமர்ந்து மின்மினிகள் பறப்பதைப் ரசித்துக்கொண்டு ஓவியம் வரைந்துகொண்டிருப்பார். காலையில் நான் எழும்போது அப்பா இரவு வரைந்த ஓவியத்தைச் செப்பனிட்டுக் கொண்டிருப்பார். அப்பா எந்நேரம் படுத்து எந்நேரம் எழுவார் என எனக்குத் தெரியாது. சூரியன் உதித்ததும் மீண்டும் அப்பா வேலைக்குக் கிளம்பிவிடுவார். நாள் தவறாமல் இது நடந்து கொண்டிருக்கும். கனமழை கொட்டிய பருவத்திலும் இது நடக்கும்.

அப்பா சென்ற சிறிது நேரத்தில் வயதான அஸ்ஸாமி மூதாட்டி ஒருவர் வீட்டுக்கு வருவார். எனக்குத் துணையாக இருப்பார். அவர் பேசும் மொழி

எனக்குப் புரிந்ததில்லை. நான் பகல்பொழுது எல்லாம் அப்பா வரைந்து மண்சுவரில் சாத்தியிருக்கும் ஓவியங்களைப் பார்த்துக்கொண்டிருப்பேன். பிளிரும் யானைகள், மான்களை வேட்டையாடும் புலிகள், வெள்ளம் சூழ்ந்த மூங்கில் காடுகள், பிரம்மபுத்திரா நதிப்படுகை மணல்வெளிகள், ஒற்றைக் கொம்புக் காண்டாமிருகக் கூட்டங்கள் என அப்பா ஓவியமாகத் தீட்டியிருப்பார். வன்ணக்கலவை தத்ரூபமாக இருக்கும். கோடுகள் பிரதானமாகத் தெரியும். எனக்கு வயது ஏற ஏற நான் அப்பாவின் ஓவியத்தை நகலெடுத்து வரைய ஆரம்பித்தேன். துவக்கத்தில் ஓவியம் வரைவது எனக்குத் தடுமாற்றமாக இருந்தாலும் நாட்கள் செல்ல செல்ல ஓவியம் வரைவது பிடிபடத் தொடங்கியது. நானும் ஓவியம் வரைவதை மட்டும் நிறுத்தவேயில்லை.

நாட்கள் விரைந்து நகர்ந்தன. ஆனி மாத துவக்கத்தில் திடீரென வாரக்கணக்கில் மழை பொழிந்தது. பிரம்மபுத்திராவில் வரலாறு காணாத வெள்ளப்பெருக்கு. நதிப்படுகை எங்கும் பெருத்த சேதம். சூரியனையே பார்க்க முடியவில்லை. அப்பா கோலாகட் வனப் பகுதிக்குக் கிளம்பிப் போகவில்லை. ஆளின் முகம் ஆளுக்குத் தெரியாதபடி மழை அடர்வு கொண்டு பொழிந்த தினமொன்றில் நான் பயந்தபடி என் ஓவியங்களை அப்பாவிடம் காட்டினேன். நான் எதிர்பார்த்ததிற்கு மாறாக அப்பா ஆச்சரியப்பட்டார். அந்த மழைக்காலம் முடியும்வரை அப்பா எனக்கு உருவங்களை இயல்பாக வரைவதற்குப் பொறுமையாகக் கற்றுக்கொடுத்தார். மழைவிட்டு வானம் வெளி வாங்கியிருந்த ஓர் அந்தியில் நான் முன்திண்ணையில் அமர்ந்து ஒற்றைக்கொம்பு காண்டாமிருகம் ஒன்றை

ஓவியமாகத் தீட்டிக்கொண்டிருந்தேன். வண்ணங்களின் பூச்சுத் தத்ரூபமாக வந்துகொண்டிருந்தது.

அப்போது எனக்கு இருந்திருந்தாற்போல் கண்கள் எரிந்தன. நீர் வடிந்தது. தாளில் வரைந்திருந்த ஒற்றைக் கொம்பு காண்டா மிருகத்தின் மீது விழுந்து சிதறியது. ஓவியத்தின் ரூபம் கலைந்தது. இமை மூடும்போது விழிகள் அழுந்த துவங்கின. இருள் சூழ்வதற்கு முன் கோலாகட் வனப் பகுதியிலிருந்து அப்பா வீடு திரும்பிய போது நான் சொல்லாமல் மறைத்தேன். அடுத்தடுத்த தினங்களில் இதேபோல் நேர்ந்தது. ஒருநிலையில் கண்களின் எரிச்சல் நிற்கவில்லை. வலியால் துடி துடித்தேன். எப்படியோ அப்பா கண்டு கொண்டார். விடிந்ததும் சிறிய படகில் பிரம்மபுத்திராவைக் கடந்து நகோவோனுக்குக் கூட்டிப் போனார். அரசு கண் மருத்துவமனையில் எனக்கு எல்லாவித கண் பரிசோதனைகளும் எடுக்கப்பட்டன. எனக்குக் கண் பார்வை பழையபடி திரும்பச் சாத்தியமில்லை எனத் தலைமைக் கண் மருத்துவர் கைவிரித்துவிட்டார். சொட்டு மருந்துகளை விட்டுக்கொண்டு நாட்கள் கடந்தன. ஓவியங்களைப் பார்க்கும் போதெல்லாம் எனக்கு அழுகை முட்டியது. அப்பாவும்கூடக் கண் கலங்கிபோனார். அதன்பின்பு அப்பா கோலாகட் வனப் பகுதி வேலைக்குப் போகவில்லை. என்னுடன் கூடவே இருந்தார். பேச்சே இல்லை. சதா சிந்தனை யிலேயே ஆழ்ந்திருந்தார். மூங்கில் தட்டி வீட்டை கனத்த மௌனம் சூழ்ந்துகொண்டது.

சில வாரங்கள் கழித்துப் பிரம்மபுத்திராவில் வெள்ளம் முற்றிலும் வடிந்துவிட்டது. நீரில் மூழ்கிக் கிடந்த நெடுங்கோரைகள் பசுந்தாள் விட்டு நிமிர்ந்தன.

பெரிய படகுப் போக்குவரத்துகள் இயல்பாயின. அப்பா வீட்டைப் பூட்டி வயதான அஸ்ஸாமி மூதாட்டியிடம் சாவியைக் கொடுத்தார். என்னைப் படகில் ஏற்றி பிரம்மபுத்திராவைக் கடந்தார். அங்கிருந்து பேருந்து பிடித்துக் குவகாத்திக்கு அழைத்துப் போனார். அங்குத் தனியார் கண் மருத்துவ மனையில் என்னைச் சேர்த்தார். நாளெல்லாம் நிறையப் பரிசோதனைகள் மேற்கொள்ளப் பட்டன. அவர்களும் எனக்குப் பழையபடி கண்பார்வை திரும்பாது என்று சொல்லிவிட்டனர்.

தலைக்கு மேலே ஆள்காட்டிகள் விடாமல் துரத்திக் குரலிட்டன. மண்சாலை ஊசிப்புற்காடுகள் கடந்து இருளில் நீண்டது. நல்லிமடத்தின் வடக்குத் திசையில் போய் முடிந்தது. பாவடிக் கல்தூண்களின் இடையே புகுந்து ஒற்றைத் தடத்தில் அப்பா என்னைச் சுமந்தபடியே சென்றார். அதுவரை கூடவே வந்த கருநாய் திடீரெனக் காணாமல்போனது. காமாட்சியம்மன் கோவில் திண்ணையில் படுத்திருந்த வெள்ளாடுகள் மிரண்டெழுந்தன. பின்னிரவுக் குளிர் காற்றில் ஆட்டுப் புழுக்கை நாற்றம். வீதியில் ஊர்நாய்கள் வழிமறித்துக் குரைத்தன. அப்பா நாய்களைச் சாந்தப் படுத்தியபடியே வீதி புகுந்து வீதி நடந்தார்.

"ஏய்... எங்கள சாமக்கோடாங்கியின்னு நெனைச்சீங்களா... நாங்களும் இந்த வூர்க்காரங்கதான்... சத்தம் போடாம வழிய வுடுங்க..."

நாய்கள் அஞ்சாமல் குரைத்துக்கொண்டே பின்தொடர்ந்து வந்தன. ஒரு சில நெசவாளர் வீடுகளில் கைத்தறி நெய்யும் சப்தம் அந்நேரத்திலும் கேட்டது.

அப்பா நடந்துகொண்டேயிருந்தார். ஊரின் மையத்தில் நான்கு வீதிகள் சந்திக்குமிடத்தில் வந்துநின்றார். மேற்கிலிருந்து வந்திணைந்த வீதியில் முதல் வீடாய் இருந்த சீமையோட்டுக் கூரை வேய்ந்த வீட்டின் முன்பு வாசலில் என்னை இறக்கிவிட்டார். தாழ்வாரத் திண்ணையில் கயிற்றுக் கட்டிலில் யாரோ படுத்திருப்பது தெரிந்தது. விடாத நாய்களின் குரைப்பொலி படுத்திருந்தவரை எழுப்பிற்று. வாசற்படியிறங்கி வந்தவர் என்னையும் அப்பாவையும் ஏற இறங்கப் பார்த்தார். அதேவேளையில் வீட்டுக் கதவு உள்தாழ்ப்பாள் விலக்கும் ஓசையும் கேட்டது. வாசலுக்கு வந்த பெண் ஒருகணம் கூட யோசிக்கவில்லை. ஓடிவந்து என்னைத் தூக்கிக்கொண்டு வீட்டுக்குள் போய்விட்டார். அதன்பின்புதான் எனக்குத் தெரிந்தது, நாங்கள் வந்திருப்பது சித்தப்பாவின் வீடு என்று. சித்தி ஏதேதோ கேட்டுத் தெரிந்துகொண்ட பின்பு என்னைத் தொட்டிக் கட்டு ஆசாரத்துத் திண்ணையில் படுக்க வைத்தார். அருகில் கோரைப் பாயில் என் வயதொத்த சிறுவன் ஒருவன் அம்மணமாக உறங்கிக் கொண்டிருந்தான். விடிந்தபோது அவன் கொஞ்சம் புத்தி சுவாதீனம் இல்லாதவன் என்று அறிந்துகொண்டேன். சதா சித்தியின் சேலைக் கொசுவத்தைப் பிடித்துக் கொண்டே திரிந்தான்.

இளமதியத்தில் எனக்குக் கண் எரிச்சல் அதிகம் ஆயிற்று. வலியால் நான் துடிதுடித்தபோது அப்பா என்னை மடியில் கிடத்தி கண்களுக்குச் சொட்டு மருந்திட்டார். அப்போது அங்கு வந்த சித்தப்பா அப்பாவிடமிருந்து சொட்டு மருந்துப் பாட்டிலை வெடுக்கெனப் பிடிங்கி நடைக்கு வெளியே தூக்கி எறிந்தார். சொட்டுமருந்து பாட்டில் தொட்டிக் கட்டு

வாசலில் விழுந்து நொறுங்கியது. சித்தப்பா கோபமாக அப்பாவைப் பார்த்தார்.

“பய்யனுக்கு இப்பிடியொரு பிரச்னையிருக்குன்னு எங்கிட்ட ராத்திரியே சொல்ல வேண்டாமாண்ணா... என்ன ஆளுப்பா நீ...”

பொழுது உச்சியேறியது. சித்தப்பா சவ்வாரி வண்டி கட்டி என்னையும் அப்பாவையும் நல்லிமடத்திலிருந்து கிழக்கே கூட்டிப்போனார். நீரில்லை. வயலில்லை. குளிரில்லை. எங்கும் வறண்ட ஊசிபுற்காடுகள். வேலாமரங்களில் வெயில் பூச்சிகள் கத்தும் ஓசை. சித்தப்பா சுண்ணாம்பின் மீது காவிக்கோடிழுத்த மதில்சுவர் சூழ்ந்த கோவிலின் முன்பு சவ்வாரி வண்டியை நிறுத்தி அவிழ்த்துவிட்டார். இரவு பார்த்த கோவில்வெளி இப்போது வேறு ரூபம் பூண்டிருந்தது. சித்தப்பா வெளிநடைக் கல்படிக்கட்டேறி என்னைக் கோவிலினுள்ளே கூட்டிப்போனார். கிழக்குப் பார்த்த சன்னதியில் செவ்வரளிப்பூ அலங்காரத்தோடு சிறிய கல்சிற்ப கோட்டைமாரியம்மன். பண்டாரப் பூசாரி தீபாராத்திக்குப் பின் என் கண்களுக்கு மூன்று முறை தீர்த்தம் அடித்தார். வாய்க்குள் ஏதோ முனகினார். அங்கிருந்து சித்தப்பா என்னை மண்தரைப் பிரகாரத்தில் கூட்டிப்போனார். மண்தரைப் பிரகாரமெங்கும் வாதநாரயண மரத்தின் நுண்பழுப்பிலைகள் உதிர்ந்திருந்தன. வெள்ளரளியும் செவ்வரளியும் மலர்ந்து நின்றன. கோவிலின் கன்னிமூலையில் தட்டோடுகள் வேய்ந்த காலப்பழமையான சிறிய மடம் இருந்தது. வானாஞ்சிட்டுக்கள் கூடுகட்டிய விட்டம் கொண்ட தாழ்வாரத் திண்ணையில் சித்தப்பா என்னை

மட்டும் உட்கார வைத்தார். பின் அப்பாவோடு கோவிலுக்கு வெளியே போய்விட்டார்.

நான் வெறுமனே வெகுநேரம் அங்கேயே உட்கார்ந்திருந்தேன். அந்தத் திண்ணையில் வேறு சிலரும் மண்கலயத்தில் வைத்திருந்த சாதத்தை உண்டபடி உட்கார்ந்திருந்தனர். அவர்கள் எல்லோரும் என்னைப் போலவே கண்பார்வைக் கோளாறு கொண்டவர்கள் எனத் தெரிந்தது. அப்பாவை சவ்வாரி வண்டியோடு ஊருக்கு அனுப்பிவிட்டு சித்தப்பா மட்டும் திரும்பிவந்தார். என் கூடவே உட்கார்ந்து கொண்டார். சாயுங்காலம் ஆக ஆக எனக்குக் கண் எரிச்சல் அதிகமாகி வலி தாங்கமுடியவில்லை. சொட்டு மருந்தும் கைவசம் கிடையாது. நான் வலி மிகுதியால் அலற ஆரம்பித்தேன். சித்தப்பா என்னைக் கைத்தாங்களாகச் சன்னதிக்குக் கூட்டிப் போனார். பண்டாரப் பூசாரி மீண்டும் கண்களுக்கு மூன்று முறை தீர்த்தம் அடித்தார். பின் திடீரெனத் தன் அடர்ந்த வெண்மீசையின் நுனியை மேலே முறுக்கி விட்டுக் கொண்டார். அருள் வந்தவர் போலப் பாடினார்.

"ததியுறு மத்திற் சுழலும் என் ஆவி தளர்விலதோர்
கதியுறு வண்ணம் கருது கண்டாய் கமலாலயனும்..."

சித்தப்பா மறுபடியும் என்னை மடத்து தாழ்வாரத்துத் திண்ணைக்குக் கூட்டிவந்து உட்கார வைத்துவிட்டார். எனக்குக் கண்வலி குறைந்தபாடில்லை. அருகில் கண்பீளை அண்டிய பெரியவர் ஒருவர் பண்டாரப் பூசாரி பாடிய பாடலைத் தொடர்ந்து பாடியபடியே இருந்தார்.

“மதியுறு வேணி மகிழ்நனும் மாலும் வணங்கிஎன்றும்
துதியுறு சேவடியாய் சிந்து ரானன சுந்தரியே”

வானாஞ்சிட்டுகள் தாழ்வாரத்து விட்டத்துக்குக் கூடணைய வரும்போது பண்டாரப் பூசாரி மடத்து வாசலில் நின்று சப்தமிட்டார்.

“பொழுதெறங்கப் போவுது... நாங் கோயில பூட்டப் போறேன்... எல்லாரும் பொறப்பட்டு வடக்காலக் கொட்டகார மடத்துக்குப் போயிருங்க...”

உடனே மடத்துத் திண்ணையில் அமர்ந்திருந்த கண்பார்வைக் கோளாறு கொண்ட மற்றவர்கள் தட்டுத் தடுமாறி மண்கலயத்தை எடுத்துக்கொண்டு வாசப்படி இறங்கிப் போயினர். நான் புரியாமல் சித்தப்பாவைப் பார்த்தேன். சித்தப்பா என்னைத் தூக்கி முதுகில் உப்பு மூட்டை போலக் கிடத்தியபடியே சொன்னார்.

“கோயிலு மடத்துக்குள்ள ஆரும் ராத்தங்கக் கூடாது வேணு...”

“தங்கினா சித்தப்பா...?”

“ம்ம்ம்... கோட்டமாரியாத்தா கோவுச்சுகிட்டுக் காவு வாங்கீருவா...?”

“காவுன்னா...?”

“நம்மள கொன்னு கொடல உருவீருவா...”

“நம்மளக் கொல்லற சாமி... எங்கண்ணை எப்பிடிக் கொணமாக்கும்...?

சித்தப்பா சட்டென என்னைத் திரும்பிப் பார்த்துச் சிரித்தார். வாதநாரயண மரத்தின் நிழலைத் தாண்டி வெளிவாசலை நோக்கி நடந்தபடியே மேலும் சொன்னார்.

“கோட்டாமாரியாத்தா... சாமத்துல வேட்டைக்குப் போவா... அப்பொறம் மத்த சாமிகள எல்லாத்தையும் கூப்பிட்டு வேல குடுப்பா... இதெல்லாம் படுரகசியமா நடக்கும்... அந்த நேரத்துல நாம இங்க இருக்கக் கூடாது... மீறி இருந்தமுன்னா... நம்ம உசிர காவு வாங்கீருவா...”

சித்தப்பா சொல்வதை நிஜமென்று நம்பாவிட்டாலும் மௌனம் ஆனேன். கோவிலின் வடபுறமாகக் குடைச் சீத்தை மரங்களினூடே சென்ற சிறிய ஒற்றைக் கால் தடத்தில் சித்தப்பா என்னைச் சுமந்தபடி நடந்தார். பின்அந்தி மஞ்சள் வெயில் குடைச்சீத்தை முள்வாதுகளின் இடையே புகுந்து ஆங்காங்கே ஒற்றைக் கால் மண் தடத்தில் படிந்துகிடந்தது. மணிப்புறாக்களும் தவிட்டுப் புறாக்களும் இடைவிடாது அணத்தின. கருநாய் எங்கிருந்தோ வந்து வாலாட்டிக் கொண்டு கூட நடந்து வந்தது.

வடக்காலக் கொட்டகார மடம் என்பது கல் தூண்களால் கட்டப்பட்டிருந்த காலப் பழைமையான தங்குமடம். முப்பதடிக்கு முப்பதடி விஸ்தீரணத்தில் குறிஞ்சி மண்டபத்தின் சாயல் கொண்டிருந்தது. நான் கேட்பதற்கு முன் சித்தப்பாவே கொட்டகார மடம் குறித்துச் சொல்லத் துவங்கினார்.

“அந்தக் காலத்துல நம்மள ஆண்ட சோழ ராசா நாட்டைச் சுத்திப் பாக்க வரும்போது... அரண்மனை இல்லாத ஊருல ராத்தங்கறதுக்கு... இப்பிடி கல்லுல மண்டபங்கள் கட்டுவாங்கலாம்... சோழ ராசன் கட்டின இந்தக் கல்லுமண்டபத்துக்குக் கொட்டகார

முன்னு பேரு... இதுவும் ஆரோரோவொரு சோழ ராசன் தங்கின மண்டபந்தான்...”

இங்கும் வாசலில் வெளிர்மஞ்சள் மலர்க் கொத்துகளுடன் காற்றாடும் வாதநாரயண மரங்கள் இருந்தன. கொட்டகார மடத்தின் தெற்குப் பார்த்த திண்ணையில் எங்களுக்கு முன்னால் வந்துசேர்ந்த கண்பார்வைக் கோளாறு கொண்டவர்கள் உட்கார்ந்து இருந்தனர். சித்தப்பா என்னை மடியில் கிடத்தியபடி திண்ணையின் ஓர் ஓரமாகக் கல்தூணில் சாய்ந்து உட்கார்ந்தார். சீக்கிரத்தில் இருள் சூழ்ந்துவந்தது. பண்டாரப் பூசாரி மிதிவண்டியை வாசலில் நிறுத்தி விட்டு புது மண்கலயம் ஒன்றை எங்களுக்குக் கொடுத்து விட்டுப் போனார். கருநாயும் போய்விட்டது.

எனக்குக் கண் எரிச்சல் அதிகமாயிற்று. நீர் வடிந்து வலியெடுத்தது. தாங்கமுடியாத கண்வலியோடு இருள் செறிந்த இந்த இரவை எப்படிக் கடக்கப்போகிறேன் என்று நான் பயந்தேன். உடல் நடுக்கம் கூடக் கண்டது. சித்தப்பா என் முதுகைத் தட்டிக் கொடுத்தபடியே கோட்டைமாரியம்மன் வேட்டைக்குப் போய் நடத்திய சாகசக் கதையைக் கூறத் தொடங்கினார். எவரும் அழிக்கமுடியாத வரம் வாங்கிய அசுரனை கோட்டை மாரியம்மன் எதிர்த்துப் போரிடத் தயாராகும் வரை நான் கதை கேட்டேன். அதன்பின்பு கண்வலியோடு எப்படியோ தூங்கிவிட்டேன். விழிப்புத் தட்டியபோது சித்தப்பா என்னை முதுகில் சுமந்தபடி மண்கலயத்துடன் ஆற்றங்கரை மணலில் நடந்துகொண்டிருந்தார். அமராவதியில் சுழித்தோடும் இடுப்பளவு நீரோட்டம்.

இருள் விலகிக்கொண்டிருந்த வைகறை. ஆள் அரவமற்ற ஆற்றுப்படுகை. இருவரும் கரையோரத்து நீரில் இறங்கி முங்கிக் குளித்தோம். ஈரத்துணியோடு மண்கலயம் நிறைய நீர் சுமந்தபடி வேப்பிலைக்கொத்தைப் பிடித்துக் கொண்டு அடியளந்து கும்பிட்டோம். பனிப் படலத்துக்குள் பொழுது உதித்து மேலேறியது. சித்தப்பா மீண்டும் என்னை முதுகில் சுமந்தபடி ஆற்றைக் கடந்து அக்கரையில் உள்ள ஊர் ஒன்றில் நுழைந்தார். ஒவ்வொரு வீட்டின் வெளிநடை முன் நின்று குரல் கொடுத்தார்.

“அமுதெடுக்க வந்துருக்கோம்... ஆத்தாவுக்கு அன்னமிடுங்க...”

மண்கலயத்தில் அன்னமிட வந்த பெண்மணிகள் சித்தப்பாவைக் கண்டதும் திகைத்துப்போய் நின்றனர். பின் சுதாரித்துப் பேசினர்.

“பய்யன் ஆருங்க... கண்ணுக்கு என்னாச்சுங்க...?”

சித்தப்பா மிகுந்த பொறுமையுடன் என் நிலமையை எடுத்துச்சொல்லி அப்பெண்மணிகளிடம் மண் கலயத்தில் அமுது பெற்றார். கோவிலுக்கு வந்துசேர்ந்து மடத்துத் தாழ்வாரத் திண்ணையில் உட்கார்ந்து மண்கலயத்துச் சோற்றைத் தின்னத் தொடங்கியதிலிருந்து நிறைய ஆட்கள் பார்க்க வர ஆரம்பித்துவிட்டனர். அந்தி இருள் சூழும் வரை ஓய்வேயில்லை. சித்தப்பாவுக்கு இந்தச் சுற்றுவெளியில் மிகுந்த செல்வாக்கு இருப்பதை நான் உணர்ந்துகொண்டேன். ஒவ்வொரு நாளும் அடியளந்து கும்பிட்டு அமுதெடுத்து உண்டோம். மடத்திலேயே தங்கினோம். என் கண்ணெரிச்சலிலும் நீர் வடிவதிலும் எவ்வித மாற்றமும் இல்லை. கண்வலி குறைந்தபாடில்லை.

■

03

அன்று நடுப்பகலில் சவ்வாரி வண்டி பூட்டி கோட்டைமாரியம்மன் கோவில் மடத்துக்கு வந்த அப்பா என் நிலைமையைக் கண்டு கோபமுற்றார்.

"நாளைக்கு நானு வேணுவெ கோயமுத்தூரு அரவிந்து கண் ஆசுப்பத்திரிக்கு கூட்டிப் போகலாமுன்னு இருக்கறேன்... இந்த வைத்தியத்த இத்தோட நிறுத்திக்கலாம்... நானு அசாமுல இருந்து அதுக்குதான் வந்தேன்... ஏதோ நீ ஆசப்பட்டியேன்னு இத்தன நாளும் விட்டேன்... இனியும் இங்கிருந்தா எம்பையன் இன்னும் கஷ்டப்பட்டுப் போயிருவான்..."

எனக்கும் அப்பா சொன்னதுதான் நியாயமாகப் பட்டது. சித்தப்பா பதில் பேசாமல் தொடர்ந்து மௌனமாகவே

இருந்தார். நாங்கள் அப்பாவோடு ஊருக்குப் புறப்பட வில்லை. பொழுது மேற்கே சாயும் போது அப்பா வருத்தமான முகத்துடன் எழுந்து ஊருக்கு ஒத்தையில் புறப்பட்டார். அன்றிரவு வடக்காலக் கொட்டக்கார மடத்தில் படுத்திருக்கும்போது ஆற்றங்கரை நாணல்களுக்குள் வங்குநரிகள் இடைவிடாமல் ஊளையிட்டதைக் கேட்டு நான் விழிப்படைந்தேன். அருகில் படுத்திருந்த சித்தப்பாவும் திண்ணைச் சுவரில் சாய்ந்துகொண்டு தூங்காமல் விழித்துக் கொண்டிருப்பதைக் கண்டேன். என்னுடைய கண்வலி விசயமாகத்தான் சித்தப்பா யோசிக்கிறார் என்பதை யூகித்துக் கொண்டேன். அதன்பின்பு எனக்கும் ஏனோ தூக்கம் வரவில்லை. வளர்பிறை நிலவு மேற்கே அடிசாய்ந்தபோது சித்தப்பா எழுந்து என்னைத் தூக்கித் தோளில் கிடத்திக்கொண்டு ஒற்றைத் தடத்தில் நடந்தார். ஆற்றங்கரை நாணல்களுக்குள் வங்குநரிகள் இன்னும் ஊளையிட்டுக்கொண்டேதான் இருந்தன. பனிக்குளிரில் உடல் நடுங்கிற்று. ஆற்றில் நீர்பிரவாகம் கூடியிருந்தது. தலை முங்கிக் குளித்தபோது நான் சித்தப்பாவிடம் தயங்கியபடி பேசினேன்.

"சித்தப்பா... அப்பா சொன்ன மாதிரி ஆசுப்பத்திரி போயே பாத்துக்கலாமா?"

சித்தப்பா பதில் பேசவில்லை. அடியளந்து கும்பிட்டு அமுதெடுக்கப் புறப்பட்டபோது அப்பா எங்களை அழைத்துப்போகச் சவ்வாரி வண்டியுடன் வந்துவிட்டார். கூடச் சித்தியும் வந்திருந்தாள்.

"ஏனுங்க... கோயிலுக்கு வந்து தங்கி பத்துப் பன்னெண்டு நாளாச்சு... எதுவும் முன்னேற்றமில்ல...

பேசாம பய்யன உங்கண்ணங்கோடவே அனுப்பிருங்க. நாளைக்கு ஏதாச்சும் ஒன்னுனா நமக்குப் பொல்லாப்பு வந்துரும்..."

"இந்தக் கோட்டமாரித்தாயி கைவிடமாட்டா..."

சித்தப்பா தீர்க்கமாகச் சொல்லிவிட்டு என்னோடு அழுதெடுக்கப் புறப்பட்டார். அப்பாவுக்குக் கோபம் வந்தது. சட்டெனச் சவ்வாரி வண்டியிலிருந்து குதித்து இறங்கி எங்களிடம் ஓடிவந்தார். என்னைத் தூக்கிக் கொண்டுபோய்ச் சவ்வாரி வண்டியில் உட்கார வைத்தார். சவ்வாரி வண்டியைத் திருப்பி நிறுத்தினார். சித்தப்பா வண்டியில் ஏறவில்லை. மண்கலயத்துடன் ஆற்றைக் கடக்கத் திரும்பி நடக்க ஆரம்பித்துவிட்டார். எனக்கும் சித்திக்கும் இக்கட்டான நிலை ஏற்பட்டது. சித்தப்பா திரும்பிப் பார்க்கவேயில்லை. சித்தி அப்பாவிடம் சொன்னாள்.

"அவரு பிடிவாதம் அப்பிடித்தா... நீங்க வண்டிய ஓட்டுங்க."

கருநாய் சவ்வாரி வண்டியின் பின்னால் ஊர்வரை வந்து மறைந்தது. கோவை அரவிந்த் கண் மருத்துவ மனையிலும் என் கண்களைப் பரிசோதித்துவிட்டுக் குவகாத்தியில் சொன்னது போலவே சொன்னார்கள். அப்பாவுக்கு என்ன செய்வதென்றே தெரியவில்லை. கண்கள் கலங்கி பேச வார்த்தைகள் இல்லாமல் என்னைப் பார்த்தார். எனக்கும் பார்வைத் தெரியா விட்டாலும் பரவாயில்லை கண்வலி மட்டுமாவது நின்றால் போதும் என்கிற மனநிலையில் அழுகை முட்டியது. முதல் சாமத்தில் வீட்டுக்கு வந்து சேர்ந்தவுடன் அப்பா ஆகாரம் எதுவும் உட்கொள்ளாமல்

மாயாதீதம் 27

ஆசாரத்துத் திண்ணைத் தூணில் சாய்ந்து உட்கார்ந்து கொண்டு விட்டேந்தியாக எதையோ யோசிக்கத் துவங்கிவிட்டார். அப்பா முழுதாக மனசு விட்டு விட்டார். நான் சித்தப்பாவைத் தேடத் தொடங்கினேன். வீட்டில் சித்தப்பா இல்லை. நான் பெருங்குரலெடுத்து அழ ஆரம்பித்தேன்.

"நா சித்தப்பாகிட்ட போகனும்..."

"வெடியால போலாமுடா..."

சித்தி என்னை எவ்வளவோ சாமாதானப்படுத்திப் பார்த்தாள். நான் அடங்கவேயில்லை. என் அழுகை அதிகமானது. நான்காம் சாமத்தில் வேறு வழியில்லாமல் அப்பா சவ்வாரி வண்டி பூட்டினார். வடக்கால மடத்துத் திண்ணையில் படுத்திருந்த சித்தப்பாவைக் கண்டதும்தான் என் அழுகை தானாக நின்றது. சித்தப்பா அப்பாவிடம் எதுவும் பேசவில்லை. அப்பாவும் சற்றுநேரம் மடத்து வாசலில் நின்று பார்த்தார். சித்தப்பா கண்டுகொள்ளவேயில்லை. அப்பா தலைகவிழ்ந்தபடி சவ்வாரி வண்டியைத் திருப்பி ஓட்டிப் போய்விட்டார். வாசலில் அப்பா நின்ற இடத்தில் கருநாய் வந்து நின்று எங்களையே பார்த்துக் கொண்டிருந்தது. விடியும் வேளையில் கூடக் கருநாய் அதே இடத்தில் நின்றது.

இரு தினங்கள் கடந்தன. என் கண்வலி கொஞ்சம் கொஞ்சமாக அதிகமாயிற்றே தவிரக் குணமாகவில்லை. கூடத் தங்கியிருந்த கண்பார்வைக் கோளாறுள்ள மூப்படைந்த ஒருவர் சித்தப்பாவைத் திட்டத் தொடங்கினார்.

"உனக்கு மாரியாத்தா மேல எந்த நம்பிக்கையுமில்ல அப்புனு... அதனாலதா சின்னப் பையனப் போட்டு

இந்தப் பாடு படுத்துது. கொஞ்சம் நம்பிக்கையிருந்தாக் கூட இந்நேரம் கொணமாயிருக்கும். நீ இங்க தங்கியிருக்கறதுல எந்தப் புரயோசனமுமில்ல."

சித்தப்பா அந்தப் பெரியவரிடம் கோபப்படவில்லை. மௌனமே காத்தார். மடத்தில் தங்கியிருந்த மற்றவர்களும் எங்களைப் பார்த்த விதம் பரிதாபமாக இருந்தது. மறுதின வைகறையில் ஆற்றுக்குக் கிழக்குப்புற ஊரில் அமுதெடுக்கச் சென்றோம். ஏறுவெயில் படிந்த காரைச்சுவர் வீடுகொண்ட அக்கரைப்பாளையத்து வீதிகள். முற்றத்து வாசலில் நெல் வேகவைத்து உலரப் போட்டிருந்த தொட்டிக்கட்டு வீட்டின் முன் அமுதெடுக்க நின்றபோது அந்த வீட்டு மூதாட்டியும் அப்படியே சொன்னாள்.

"நானும் பாத்துக்கிட்டே வர்றே. வாரக்கணக்குல தங்கீருக்கீங்க போல... பையனுக்கு இன்னுமா கொணமாகல. அப்படியின்னா நீங்க ஏதோ தெய்வ குத்தம் பண்ணறீங்கன்னு அர்த்தம் அப்புனு."

அங்கும் சித்தப்பா மௌனமே காத்தார். அமுதக் கலயத்தைச் சுமந்தபடி ஆற்றின் அக்கரை மேட்டிலிருந்து நாணல் பூத்த மணல்தடத்தில் கீழிறங்கும்போது சித்தப்பா என்னிடம் பேசினார்.

"நானு இந்தச் சாமிய நம்பித்தாண்டா உன்னை இங்க தங்க வெச்சிருக்கே. தின்னக்கம்மா உனக்குக் கண்பார்வை திரும்பும்டா. நீ மட்டும் சித்தப்பா கஷ்டப்படுத்தறாரேன்னு நெனைச்சுராதேடா."

"என் உசிரே போனாலும் நானு அப்பிடி நெனைக்க மாட்டேன் சித்தப்பா."

மணல்தடத்தில் வழிமறித்து விழுந்து கிடந்த கதிர் விட்ட நாணல்களை ஒதுக்கி கீழிறங்கிய சித்தப்பா

மாயாதீதம் 29

கண்கலங்கிவிட்டார். ஆற்று நீரில் கால் வைக்கும்போது நீர்க்காகங்கள் கலைந்து பறந்தன. உக்கிரமில்லாத ஏறுவெயிலில் அயிரை மீன்கள் நீரின் மேற்பரப்பிற்கு வந்து நீந்திகொண்டிருந்தன. நற்றாற்றில் தேசாந்திரக் காரன் ஒருவன் குளித்துப் பாறை மீது குத்தவைத்து உட்கார்ந்திருந்தான். நரையோடிய தலைமுடியும் தாடி மீசையும் வெயிலில் குளிர் உலர்த்திக் கொண்டிருந்தான். கோவணம் மட்டுமே உடுத்தியிருந்தான். கிழிந்த காவி வேட்டி ஒன்றைத் துவைத்துப் பக்கத்துப் பாறை மீது காயப் போட்டிருந்தான். நானும் சித்தப்பாவும் இக்கரை மணற்பரப்பு ஏறும்போது தேசாந்திரக்காரனின் குரல் கேட்டது.

"பீடி வெச்சிருக்கீங்க அப்பனே?"

நானும் சித்தப்பாவும் திரும்பிப் பார்த்தோம். தேசாந்திரக்காரன் அதே நிலையில் உட்கார்ந்து மறுமுறையும் குரலிட்டான்.

"பீடி வெச்சிருக்கீங்க அப்பனே?"

சித்தப்பா இல்லையென்று தலையசைத்தார். தேசாந்திரக்காரன் மேற்கொண்டு எதுவும் பேசாமல் முகத்தைத் திருப்பிக்கொண்டான். சட்டென எழுந்து ஆற்று நீரின் மேலே தாழப் பறந்த நீர்க்காகக் கூட்டத்தைப் பார்த்து ஏதோ புரியாத பாஷையில் குரலிடத் துவங்கினான். நானும் சித்தப்பாவும் அதற்கு மேல் அங்கு நிற்கவில்லை. சன்னதி வந்துசேர்ந்தோம். சித்தப்பா கோட்டை மாரியம்மன் முன்பு நின்று சப்தமாக வேண்ட ஆரம்பித்துவிட்டார்.

"மாரியாத்தா… நாங்க இன்னும் மூனு நாளு இங்கு இருப்போம். பய்யனுக்குப் பார்வையெக் குடுக்கறதுன்னாக் குடு, இல்லாட்டிப் போ… அப்புறம் நானு நீ இருக்கற

இந்தத் தெசைப் பக்கமே தலைவெச்சுக் கூடப் படுக்க மாட்டேன். நீயாச்சு நானாச்சு... ஒரு கை பாத்துக்குவோம்."

கோவிலின் பின்புற மடத்தில் அமர்ந்து அமுதக் கலயத்து ஆகாரத்தை உண்ண தொடங்கும்போது நான் சித்தப்பாவைக் கேட்டேன்.

"ஏஞ்சித்தப்பா இப்பிடி வேண்டிக்கிட்டீங்க? சாமி கண்ணுப் பார்வையெக் குடுக்கலையின்னா நாம அப்புறம் எங்க போறது?"

சித்தப்பாவால் பதில் சொல்ல முடியவில்லை. கண்களில் கண்ணீர் தேங்கி நின்றது. அன்று இருள் சூழ நானும் சித்தப்பாவும் வடக்கால மடத்துத் திண்ணையில் படுக்க எத்தனிக்கும்போது தேசாந்திரக்காரன் வாசலில் வந்துநின்று குரலிட்டான்.

"பீடி வெச்சிருக்கீங்க அப்பனே?"

அங்குத் தங்கியிருந்த எவரும் எந்தப் பதிலும் சொல்லவில்லை. சற்று நேரம் தேசாந்திரக்காரன் எங்களையே பார்த்தபடி நின்று விட்டுச் சட்டெனக் கட்டாந்தரையில் படுத்துக்கொண்டான். இருள் அடர்ந்து விட்டது. சித்தப்பாக்கு மனசு கேட்கவில்லை. எழுந்து தேசாந்திரக்காரனிடம் போனார்.

"ஏம்ப்பா பெரியவனே... ஆத்துக்காலோரம் இது. எங்க பாத்தாலும் கனசீவனாப் பூச்சிக திரியுது. இப்பிடி கட்டாந்தரையில் படுக்கிறீயே... மேலேறி திண்ணையில வந்து படு. நெறைய எடம் கெடக்கு."

"இந்த மண்ணுல நாமளும் அதுவும் ஒன்னா சீவிக்கறவங்கதானே... நம்மளை அது ஒன்னும் செய்யாது அப்பனே."

சித்தப்பா திரும்பி திண்ணையேறி வந்து என்னருகில் படுத்துக் கொண்டு சொன்னார்.

"இவன் ஏதோ பித்தனா இருப்பாம் போலிருக்குடா."

எனக்கும் தேசாந்திரக்காரனைப் பார்த்தபோது அப்படித்தான் தோன்றியது. விடிந்து எழுந்து பார்த்த போது தேசாந்திரக்காரனை வாசலில் காணவில்லை. நானும் சித்தப்பாவும் அமராவதியின் அக்கரை ஊர்களில் அமுதெடுத்துக்கொண்டு திரும்பி வரும்போது தேசாந்திரக்காரன் முன்தினம் போலவே பாறை மீது கோவணத்துடன் குத்தவைத்து உட்கார்ந்து வெயில் காய்ந்துக்கொண்டிருந்தான். ஒற்றைக் காவி வேட்டியைத் துவைத்து பக்கத்துப் பாறையில் விரித்துப் போட்டிருந்தான். நானும் சித்தப்பாவும் நீரோட்டம் கடந்து மணல் பரப்பில் ஏறி நடந்தபோது நேற்று போலவே குரலிட்டான்.

"பீடி வெச்சிருக்கீங்க அப்பனே?"

சித்தப்பாவுக்கு ஏனோ சட்டெனக் கோபம் வந்தது. திரும்பி தேசாந்திரக்காரனிடம் போனார்.

"உனக்குப் பீடிதானே வேணும்? என்னோட கடைக்கு வா. நெறயா வாங்கித் தாறேன். இனி தடம் வழியில எல்லாம் கேட்டுக்கிட்டு திரியாதே."

தேசாந்திரக்காரன் பாறையில் எழுந்துநின்று சப்தமாகச் சிரித்தான்.

"பீடீன்னா நீ நெனைக்கற பீடியில்லை மகனே. எலத்தூளு நெரப்பின பீடீ.... வெச்சிருக்கியா?"

சித்தப்பா தேசாந்திரக்காரனை முறைத்துவிட்டு திரும்பி என்னிடம் வந்து மேட்டை நோக்கி நடந்தார்.

அன்றிரவு தேசாந்திரக்காரன் வடக்கால மடத்து வாசலில் வந்து படுக்கவில்லை. மாறாகத் தேசாந்திரக்காரன் படுத்திருந்த இடத்தில் கருநாய் வந்து படுத்திருந்தது. மறுநாள் பகலில் தேசாந்திரக்காரன் கெடாவெட்டுக் காரர்களிடம் ஆட்டுக்கறி வறுவல் வாங்கிச் சாப்பிட்டுக் கொண்டிருப்பதைக் கண்டோம். சற்று நேரத்தில் காவடிப் பாட்டுப்போல ராகமிட்டுப் பாடிக்கொண்டு குதித்துக் குதித்து ஆடினான்.

"அஞ்சாத கள்ளனடி ஆளுமற்ற பாவியடி
நெஞ்சாரப் பொய் சொல்லும் நேயமில்லா நிட்டூரன்
கஞ்சா வெறியனடி கைசேத மாகுமுன்னே
அஞ்சாதே யென்றுசொல்லி என் கண்ணம்மா...
ஆண்டிருந்தா லாகாதோ..."

தேசாந்திரக்காரன் கால்களில் அடவு வைத்துக் கைகளில் பிரம்பு பிடித்து ஆடினான். கெடா வெட்டுக்காரர்கள் விசிலடித்துத் தேசாந்திரக்காரனை உசுப்பேற்றிக்கொண்டிருந்தனர்.

"அன்னிக்கே அழுகிணி சித்தன் சொல்லிட்டானடி....

இன்னிக்கே பொழுதினிக்கும் பித்தன் சொல்லறேனடி....

உன்னிப்பா கேளுங்கடா கஞ்சா போடாத சனங்களே... நீ கடைபுடி..."

தேசாந்திரக்காரனின் பித்தாட்டம் உச்சநிலைக்கு நகர்ந்தது. சித்தப்பா காரி தரையில் உமிழ்ந்தபடி என்னிடம் சொன்னார்.

"கஞ்சாப் போதையில பித்து முத்திப் போச்சுப் போலிருக்கு. பெரிய்ய நடராசன்னு நெனைப்புல

ஆடறான் பாரு. சாட்டை யெடுத்து நாலு வாங்கு வாங்குனா எல்லாம் செரியாப் போயிரும்."

அன்று நடுச்சாமத்தில் எனக்குக் கண் எரிச்சல் அதிகமானது. வலி பிராணன் போனது. சித்தப்பாவும் நம்பிக்கையிழந்துவிட்டார்.

"இந்தத் தேசாந்திரக்காரனைக் கவனிச்சுக்கிட்டே இருந்ததில மூனு நாளும் மாயமுட்டதுபோல ஓடிருச்சேடா. இனி என்னடா பண்றது? வெடிஞ் சதையும் நாம ஊருக்கே போலாம். ஏனோ மாரியாத்தா மனசு வெக்கல."

நான் கண்வலியோடு சித்தப்பாவுக்குப் பதில் பேசும் திராணியின்றிக் கிடந்தேன். சித்தப்பாவும் தூங்கவே இல்லை. இருள் விலகுவதைப் பார்த்தபடியே நேரத்தைக் கடத்தினார். விடியும் வைகறையில் எழுந்து ஆற்றுக்குப் போய்க் குளிக்கவுமில்லை. அக்கரை ஊர்களுக்கு அமுதெடுத்து வர புறப்படவுமில்லை. இருந்திருந்தாற்போல் சித்தப்பா என்னை அழைத்துக் கொண்டு ஊருக்குப் புறப்பட்டார். வடக்கே செல்லும் மண்சாலையில் பேருந்து பிடிக்க நானும் சித்தப்பாவும் விரைவாக நடந்தோம். கோவிலுக்குச் சனங்கள் வந்துவிடுமுன் அவ்விடத்தைவிட்டு தாண்டிப் போய் விட வேண்டும் என்பது சித்தப்பாவின் வேட்கையாக இருந்தது. நாடு நகரம் இழந்து வேறு தேசம் செல்லும் தோற்றுப்போன பஞ்சபாண்டவர்களின் நிலையில் சித்தப்பாவின் முகம் இருந்தது. எல்லாத் திக்கிலிருந்தும் தவிட்டுப் புறாக்களும் மணிப்புறாக்களும் குரலிடத் துவங்கின. ஆளில்லாத மண்சாலையில் நாங்கள் வேகவேகமாக நடந்தோம். வீசும் கீகாற்றில்

சூரியகாந்திப்பூவின் வாசனை. சங்கரண்டாம் பாளையத்தைச் சமீபிக்கும்போது தேசாந்திரக்காரன் தளர்நடை போட்டு எதிரில் வந்துகொண்டிருந்தான். சித்தப்பா என்னைப் பார்த்தார்.

"அவன் பீடி வெச்சிருக்கீங்களான்னு கேப்பான். நாம வாயே தெறக்கக் கூடாதுடா. காலங்காத்தால அவங்கூடப் பேசினா ஒரு காரியமும் உருப்படாது."

சித்தப்பாவுக்குத் தேசாந்திரக்காரன் மீது ஏனோ அளவுக்கு அதிகமான கோபம். தேசாந்திரக்காரனைக் கண்டுக் கொள்ளாதது போல் விலகி நடந்தோம். எங்களுக்குப் பின்னாலிருந்து தேசாந்திரக்காரனின் குரல் வந்தது.

"பீடி வெச்சிருக்கீங்க அப்பனே?"

சித்தப்பா நடையின் வேகத்தைக் கூட்டினார். நானும் திரும்பிப் பார்க்காமல் சித்தப்பாவைப் பின்தொடர்ந்து ஓடினேன். மீண்டும் எங்களுக்குப் பின்னாலிருந்து தேசாந்திரக்காரனின் குரல் வந்தது.

"சாமி மேல கோவமா... இல்ல எம்மேல கோவமா?"

ஒருகணம் சித்தப்பா தடுமாறிப் போனார். சட்டென நின்று திரும்பி பதில் சொன்னார்.

"ரெண்டு பேருத்து மேலையுந்தான்."

தேசாந்திரக்காரன் சப்தமாகச் சிரித்தான்.

"இப்ப நாங்க ரெண்டு பேரும்தான் பையனைக் காப்பாத்தப் போறோம்."

"என்ன... கஞ்சா போட்டுட்டு காலங்காத்தால ஒலர்றியா?"

"இல்ல... நடக்கப்போறதெ சொன்னேன்."

"சித்தப்பா... இந்தக் கெழவன் பித்து முத்திப்போயி ஏதோ ஒலர்றான். வாங்க நாம போகலாம்."

நான் சித்தப்பாவின் கையைப் பிடித்து இழுத்தேன். சித்தப்பா நகரவில்லை. தேசாந்திரக்காரனையே உற்றுப் பார்த்துக்கொண்டு நின்றுவிட்டார். தேசாந்திரக்காரன் மண்சாலையிலிருந்து இடப்புறம் பிரிந்து குடைச்சீத்தை மரங்களுக்கிடையே நடந்தான். சித்தப்பா என்னை இழுத்துக்கொண்டு தேசாந்திரக்காரன் சென்ற வழியில் பின்தொடர்ந்தார்.

∎

04

நிழல் கட்டிக் கிடந்த வழி. புதுமண்புற்றை நோக்கி கம்பரிசிநாகம் சாவகாசமாக ஊர்ந்து போனது. ஆற்றங்கரை மணல் பரப்பிற்குப் போய்த் தேசாந்திரக்காரன் திரும்பிப் பார்த்தான். என்னை மட்டும் கிட்டத்தில் கூப்பிட்டான். நான் தயங்கியபடி தேசாந்திரக் காரன் அருகில் போனேன். தேசாந்திரக்காரன் ஆற்றின் அக்கரைக்கு மேலே கீழ்வானத்தைச் சுட்டிக்காட்டிப் பேசினான்.

"உதயகாலப் பொழுது செந்தணல் உருண்டை போலக் கெளம்பி மேலேறி வருதா?"

"வருது..."

"பொழுதெ நல்லாப் பாத்துக்க. இப்ப திரும்பி நில்லு."

நான் திரும்பி நின்றேன். தேசாந்திரக்காரன் என் காலடி மணற்பரப்பைச் சுட்டிக்காட்டிப் பேசினான்.

"உன்னோட நெழலு நல்லா மணல்ல உழுவற வெரைக்கும் அப்படியே நில்லு."

நான் காலடி மணற்பரப்பைப் பார்த்தபடியே நின்றேன். சித்தப்பாவும் தேசாந்திரக்காரனின் செயல் எதுவும் புரியாமல் பார்த்துக்கொண்டிருந்தார். செந்தணல் பொழுது மேலேறி வர வர என்னுடைய நிழல் மணற் பரப்பில் நன்றாக விழுந்தது. நேரம் செல்லச் செல்ல நிழல் மேற்குப் பார்த்து நீண்டு படிந்தது. தேசாந்திரக்காரன் என் பக்கவாட்டில் வந்துநின்று சொன்னான்.

"உன்னோட நெழல்ல கழுத்து பாகத்தெ மட்டும் உத்துப்பாரு"

என் நிழலின் கழுத்துப் பாகம் தவிர எனக்கு மற்றவை அனைத்தும் மறைந்துபோயிற்று. வெயிலின் நிறம் வெளிறி வந்தது. என் நிழல் சுருங்கிற்று. திடீரெனத் தேசாந்திரக்காரன் கட்டளையிட்டான்.

"அப்பிடியே நீ திரும்பி கெழக்கு ஆகாசத்துப் பொழுதெப் பாரு."

நான் என் உடம்பை அசைக்காமல் கழுத்தை மட்டும் திருப்பி ஏறுபொழுதைப் பார்த்தேன். ஒளி சிதற வில்லை. கண்ணும் கூச வில்லை. சிறு வட்ட வடிவான கருமைநிற நிழல் உருண்டையாகத் தென்பட்டது. பார்க்கப் பார்க்க அந்தக் கருமையான நிழல் உருண்டை வட்ட வடிவு குலையாமல் மெல்ல மேலேறுவதும் தெரிந்தது. தேசாந்திரக்காரன் என்னைக் கேட்டான்.

"என்ன அப்புனு... இப்ப சாம்பல் நெறத்துல ஒரு முழு நெழலா பொழுது தெரியுதா?"

"தெரியுதுங்க..."

"நல்லது... இது நெழல் பிரார்த்தன. இதையெ நாஞ்சொல்லற வெரைக்கும் தெனமும் விடாம செஞ்சுக் கிட்டு வாங்க."

தேசாந்திரக்காரன் ஆற்றுநீரில் இறங்கி எட்டப் போகத் தொடங்கினான். பாறைகளின் மீது அமர்ந்திருந்த நீர்க்காகங்கள் கலைந்து பறந்தன. நானும் சித்தப்பாவும் பழையபடி கோவில் மடத்து திண்ணையிலேயே தங்கத் தொடங்கினோம். அதிகாலையில் எழுந்து அக்கரை மேட்டு ஊர்களுக்குப்போய் அமுதெடுத்து உண்டோம். நான் உதயகாலப் பொழுதில் தேசாந்திரக்காரன் சொல்லிக்கொடுத்த நிழற் பிரார்த்தனையைத் தவறாமல் செய்துவந்தேன். அதன்பின்பு தேசாந்திரக்காரனும் எங்களைக் கண்டுக்கொள்ளவில்லை. எப்பொழுதும் போலவே கஞ்சாப் போதையில் திரியத் துவங்கினான். ஏழு நாட்கள் கடந்தன. நிழற் பிரார்த்தனை விடாமல் செய்துவந்தும் என் கண்பார்வை துளியும் குணமாக வில்லை. கண் எரிச்சலும் வலியும் மிகுந்தன. நான் தாங்கிக்கொள்ள முடியாமல் சிரமப்பட்டேன். சித்தப்பாவின் கண்களில் வெறுப்பும் அதிருப்தியும் பிரதிபலித்தன.

"அந்தப் பித்த... கஞ்சாப் போதையில நம்மள நல்லா ஏமாத்திட்டான்னு படுதுடா. அவனெ சும்மா விடக்கூடாது."

மறுதினம் வைகறை வானம் வெளிறியது. நானும் சித்தப்பாவும் ஆற்றுக்குப் போய்க் குளித்தோம். நான் நிழற் பிரார்த்தனைச் செய்ய உதயகாலப் பொழுதை எதிர்ப்பார்த்தபடி மணற்பரப்பில் நின்று கொண்டு

இருந்தேன். சித்தப்பா வேரோடு நாணல் தூரைப் பிடிங்கி எடுத்துவந்தார். தேசாந்திரக்காரனை அடிக்கப் போகிறார் என்பது தெரிந்துவிட்டது. நீர்ப்பெருக்கின் ஓசை தவிர எங்கும் பெருநிசப்தம். சித்தப்பாவின் கண்கள் தேசாந்திரக்காரனையே தேடிக்கொண்டிருந்தன. நான் பயத்தில் குழம்பிக்கிடந்தேன். அப்போது குடைச் சீத்தை மரங்களுக்குள்ளிருந்து வீறிடுவது போலக் கத்தியபடி பறந்துவந்த தச்சன் குருவி அக்கரை மேடு போய் மறைந்தது. அதனைத் தொடர்ந்து குடைச் சீத்தை மரங்களின் இடைவெளியில் தேசாந்திரக்காரன் வெளிப்பட்டான். கோவணம் மட்டும் கட்டிக்கொண்டு காவி வேட்டியைக் கையில் சுருட்டிப் பிடித்திருந்தான். நேராக எங்களை நோக்கி வந்தான். சித்தப்பா கீழே குனிந்து நாணல் தூரை எடுத்தார். நான் சித்தப்பாவையும் தேசாந்திரக் காரனையும் மாறிமாறிப் பார்த்துக் கொண்டிருந்தேன். தேசாந்திரக்காரன் சிரித்த முகத்தோடு என்னருகில் மணற்பரப்பில் வந்துநின்றான். சித்தப்பா நாணல் தூரை உள்ளங்கையில் நாம்பி பிடித்து முன்னே நடந்தார். தேசாந்திரக்காரன் அசரவே யில்லை. சிரித்தபடியே நின்றான். நான் தடுக்கும் வழி தெரியாமல் தவித்தேன். சித்தப்பா கையை ஓங்கினார். நாணல் தூர் அந்தரவெளியில் சுழன்று கீழிறங்கும் கணம். கரை மேட்டிலிருந்து அப்பாவின் குரல் வந்தது.

"நிறுத்துடா. என்ன காரியம் பண்ண இருந்தே? மொதல்ல குச்சியெக் கீழெ போடு."

சித்தப்பா ஓங்கிய கையைக் கீழிறக்கினார். தேசாந்திரக்காரன் அசையாமல் அப்படியே நின்று கொண்டிருந்தான். அப்பா கீழிறங்கி மணற்பரப்பிற்கு

வந்துசேர்ந்தார். கையில் நாலு மூலை விளிம்பில் மஞ்சள் தடவிய நோட்டு இருந்தது.

"பெரியவரே... அவன் அடிச்சிருந்தா அபகீர்த்தியாய் இருக்குமே... நடந்தத நீங்க சொல்லீருக்கலாமுல்ல?"

தேசாந்திரக்காரன் பதில் பேசாமல் அதற்கும் சிரித்தான். அப்பாவே பேசினார்.

"நம்ம வேணுவுக்குக் கண்ணு கொணமாக மாட்டேன்னு இருக்குதே... எதுக்கும் அவன் சாதகத்தைப் பாக்கலாமுன்னு நம்ம வெள்ளியம் பாளையத்து சோசியர்கிட்ட போனேன். சாதகக் கட்டத்தைக் கணிச்ச சோசியரு, பையனுக்கு இனி கண்ணுப்பார்வை வந்து என்ன புரையோசனம்? அவனுக்கு ஆயுசு இல்லீயேன்னு சொல்லி குண்டத் தூக்கி தலையில போட்டுட்டாரு. எனக்குப் பிதிர்கெட்ட மாதிரி ஆயிருச்சு. என்ன பண்ணறதுன்னே தெரியல. நானு நேரா உங்க ரெண்டு பேருத்தையும் பாக்கலா முன்னு கோயிலுக்கு வந்தேன். இங்க வந்து பாத்தா உங்கள காணாம். அக்கரை மேட்டு ஊருக்கு அமுதெடுக்கப் போயிருக்கறதாச் சொன்னாங்க. செரி ஆத்தங்கரையில காத்திருப்போமுன்னு போனேன். நீங்க வரட்டுமுன்னு பாறை மேல போய் உக்காந்து இருந்தேன். அப்பத்தான் இந்தப் பெரியவரு பித்தனாட்ட வந்தாரு... வந்தவரு, ஏற்கனவே பொண்டாட்டியவும் தின்னுட்டோம். இப்ப அற்ப ஆயுசுல போற பையனும் பொறந்திருக்கேன்னு அழுதுக்கிட்டு இருக்கியான்னு கேட்டாரு. நானு அப்படியே அதிர்ச்சியாகிட்டேன். எனக்கு என்ன சொல்லறதுன்னே தெரியலெ. அப்ப அவரே சொன்னாரு... உம் பையன் நூறு வருசம் வாழற ஆயுள அவனுக்கு நாங்குடுக்கறே. நீ கவலப்

படாமே உங்க ஊருக்குப் போ... நாம் பாத்துக்கறேன்னு. நானும் இவரு பித்தனில்ல சித்தன்னு நம்பி உங்க ரெண்டு பேருத்தையும் பாக்காமலேயே ஊருக்குப் போயிட்டேன். ஆனா மனசு கேக்கல... ஒரு நாலு நாளு கழிச்சு மறுக்காவும் பாக்க வந்தேன். அப்பவும் இந்தப் பெரியவரு என்னை மடக்கிட்டாரு. உம்பய்யனுக்கு நீண்ட ஆயுசுக்கு நெழலுப் பிரார்த்தனை குடுத்திருக்கேன். அவனும் பொட்டாட்ட செஞ்சுட்டு வர்றான். நீ ஊருக்குப் போன்னு திருப்பி அனுப்பிச் சுட்டாரு."

உடனே சித்தப்பா கேட்டார்.

"அப்போ இந்த நெழலுப் பிரார்த்தன கண்ணுப்பார்வை கொணமாகச் செய்யலீயா?"

"இல்ல... அற்பாயுசு தோஷங்கழிஞ்சு நீண்ட ஆயுசு கெடைக்க..."

உடனே சித்தப்பா தேசாந்திரக்காரன் பக்கம் திரும்பினார்.

"அப்போ கண்ணுப்பார்வை கொணமாக வழி..."

"கோட்டமாரியாத்தா பாதத்தப் புடி.... போ"

தேசாந்திரக்காரன் சொல்லிவிட்டு ஆற்று நீருக்குள் குளிக்க இறங்கினான். அப்பா ஊருக்குப் புறப்பட்டுப் போனார். மூடுபனி கவிழ்ந்த அந்த மார்கழி மாதம் முழுவதும் கோவில் மடத்திலேயே நானும் சித்தப்பாவும் தொடர்ந்து தங்கும்படி நேர்ந்தது. எப்பொழுதும் போலவே வைகறையில் எழுந்து ஆற்றில் குளிப்பது, அக்கரை ஊர்களுக்கு அமுதெடுக்கச் செல்வது, அடியளந்து கும்பிடுவது என வேகமாகவே நாட்கள் நகர்ந்தன. என் கண்கள் பார்வைத்திறன் மேலும்

குறைந்துகொண்டே வந்தது. அவ்வப்போது எரிச்சலும் வலியும் மிகுந்தன. எனக்கும் சித்தப்பாவுக்கும் வேறு வழியில்லை. கோட்டைமாரியம்மனே கதியென்று கிடந்தோம். தேசாந்திரக்காரனும் பீடி வெச்சிருக்கீங்க அப்பனே என்று கேட்பதோடு சரி. வேறு எதுவும் பேசுவதில்லை. கருநாயும் கூட அதிகம் தென்படுவதில்லை.

அன்று இளமதியத்தில் சவ்வாரி வண்டி கட்டிக்கொண்டு வந்திறங்கிய அப்பாவும் சித்தியும் வெகுநேரம் எதுவும் பேசாமலேயே இருந்தனர். அப்பாவின் முகம் சோர்வுற்றுக் கிடந்தது. சித்தி நம்பிக்கையிழந்தவளாகக் காணப்பட்டாள். கோவில் மடத்துத் திண்ணையில் எல்லோரும் அமைதியாகவே உட்கார்ந்திருந்தோம். சித்தப்பாவும் தம்பியைப் பற்றிக் கூட விசாரிக்கவில்லை. அந்திப் பொழுது அடி சாய்ந்தது. அப்பா கோவிலுக்கு வெளியே வந்து சவ்வாரி வண்டியைப் பூட்டினார். சித்தி ஏதோ யோசனைக்குப் பின் சித்தப்பாவிடம் கேட்டாள்.

"இன்னும் எத்தன நாளுக்கு இப்படியே இருக்கறதுங்க? பேசாம ஊருக்கே கூட்டிக்கிட்டுப் போயிறலாங்க. சாமி கைவிட்டுருச்சுன்னு நெனைச்சுக்றோம். ஒரு பய்யனுக்கு நல்லாப் பாக்கற சக்திய குடுத்த சாமி புத்திய குடுக்கல. இன்னொரு பய்யனுக்கு நல்ல புத்திய குடுத்த சாமி பாக்கற சக்தியெ குடுக்கலையின்னு சமாதனப் படுத்திக்கிட்டு நம்ம வாங்கி வந்த வரம் இதுதான்னு நெனைச்சு மீதிக் காலத்தையும் கழிச்சிறலாமுங்க. வாங்க வந்து ரெண்டு பேரும் வண்டியில ஏறுங்க."

சித்தப்பா தலைகவிழ்ந்து நின்றார். எனக்கும் என்ன செய்வது என்றே தெரியவில்லை. சித்தி மீண்டும்

மீண்டும் கூப்பிட்டுக் கொண்டேயிருந்தாள். சித்தப்பா பதில் பேசவேயில்லை. ஒருநிலையில் சித்தி அழுது கொண்டு சவ்வாரி வண்டியில் ஏறினாள். எருதுகளின் தலைக்கயிற்றைப் பிடித்தபடி வண்டி மூக்காணிக் கட்டையில் உட்கார்ந்திருந்த அப்பாவும் கண்கலங்கிக் காணப்பட்டார். சித்தப்பா இருந்திருந்தாற்போல் மனசு மாறினார்.

"வாடா நாம வடக்காலக் கொட்டகார மடம் போய்த் துணிமணியெல்லாம் எடுத்துக்கிட்டு வரலாம்."

சித்தியும் அவசரமாக வண்டியிலிருந்து இறங்கி எங்களோடு நடந்துவந்தாள். ஊமை வெளிச்சத்தில் குடைச்சீத்தைவெளி படுநிசப்தமாகக் கிடந்தது. கருநாய் விலகி எங்களுக்கு முன்னால் ஓடி மறைந்தது. வடக்காலக் கொட்டகார மடத்தை நெருங்கினோம். வாசல் வாதநாராயண மரத்தடியில் படுத்திருந்த தேசாந்திரக்காரன் சொன்னான்.

"கசுட்டப்பட்டு மலையேறறோம்... மலையுச்சிக்கும் போயிட்டோம்... அங்கேயே நிக்கிறோம். அப்புறம் மலையோட மறுபக்கத்துல கீழெறங்கோனும். அதவுட்டுப் போட்டு வந்த வழியிலேயே கீழெறங்கக் கூடாது. புரிஞ்சுவனுக்குப் புரிஞ்சா செரி..."

வடக்காலக் கொட்டகார மடத்து வாசற்படியில் கால் வைத்த சித்தப்பா சட்டென நின்றார். திரும்பி சித்தியைப் பார்த்துச் சொன்னார்.

"நீ ஊருக்குப் போ கோமதி. நாங்க வரலை."

சித்திக்கு எதுவும் புரியவில்லை. யோசித்தபடியே சற்றுநேரம் நின்று பார்த்துவிட்டு திரும்பிக் கோவிலை நோக்கி நடந்தாள். நாங்கள் கொட்டகார மடத்திலேயே

தங்கி முன்புபோல நாட்களைக் கடத்தினோம். என் கண்களில் எவ்வித முன்னேற்றமும் இல்லை. மடத்தில் தங்கியிருந்த மற்றவர்கள் எல்லோரும் குணமடைந்து போய்க்கொண்டேயிருந்தனர். கண்பார்வைக் கோளாறுடைய புதியவர்கள் வந்து தங்கிக் கொண்டுமிருந்தனர். எனக்கும் சித்தப்பாவுக்கும் என் கண்கள் பழைய நிலைக்கு வராமல் கோவில் மடத்தை விட்டு வேறிடம் செல்வதாக இல்லை என்று பெரும் வைராக்கியம் மூண்டது.

∎

05

மார்கழி முடிந்து தையும் பிறந்தது. குடைச்சீத்தை மரங்கள் இலையுதிர்ந்து பசுங்குருத்திட்டன. அமராவதியில் வெள்ளம் வடிந்து நீர்ப்பிரவாகம் முட்டியளவாகக் குறைந்தது. சரநாணல்களுக்குள் கூடமைத்து குஞ்சு பொறித்த இலைக் கோழிகள் ஆள் பயமின்றிக் கரையெங்கும் சுற்றித் திரிந்தன. நானும் சித்தப்பாவும் அமுதக் கலயத்தைப் பாறை மீது வைத்துவிட்டுக் குளிப்பதற்காக நீருக்குள் இறங்கினோம். அந்த நேரத்தில் கோவில் நடைத் திறக்க வந்த பண்டாரமும் மிதிவண்டியைக் கரைமேட்டில் நிறுத்திவிட்டு குளிப்பதற்காக நீருக்குள் இறங்கினார்.

“எனக்கு இன்னிக்கு வெடியக்கருக்கல்ல ஒரு கனவுங்க... உங்க பையன் கண்ணுல பச்சிலையெ புழுஞ்சு வுடறேன்... ஒடனே கண்ணுவலி செரியாப் போற மாதிரி... இது

இந்தக் கோட்டமாரித் தாயோட உத்தரவாத் தான் எனக்குப்படுதுங்க."

அன்றைய இளமதியத்திலிருந்தே சித்தப்பா கண்வலிக்குப் பச்சிலை பிழியும் வைத்தியர் பற்றிய விவரங்களைக் கேட்டறிய தொடங்கிவிட்டார். எரசனம் பாளையத்தில் ஓர் அய்யன் இருப்பதாகச் சேதி கிடைத்தது. நானும் சித்தப்பாவும் வியாழக்கிழமை வைகறையில் எழுந்து கொட்டகார மடத்திலிருந்து தெற்கு நோக்கிப்புறப்பட்டோம். அமராவதியின் தென்கரை ஊர் எரசனம்பாளையம். நெல் விளையும் கரைவெளி. ஆற்றைக் கடந்து அக்கரையேறி எரசனம் பாளையத்துக்குள் போனோம். நெல் அறுவடை முடிந்த காலமாதலால் ஊர் மெதுவாக விழித்துக் கொண்டு இருந்தது. பச்சிலை வைத்தியரின் வீடு ஊரின் கிழக்குத் திசையில் தென்னந்தோப்பு ஒன்றைத் தாண்டித் தனித்து இருந்தது. தட்டோட்டுக் கூரை வேய்ந்த இரண்டங்கன வீடு. வீட்டுக்கு முன்னால் கொட்டைமுத்துப் புதர்கள் மண்டிய மேல்கரை வாய்க்கால் போயிற்று. அதற்கப்பால் தரிசு நெல்வயல்கள் விரிந்துக்கிடந்தன. வீட்டு வாசலில் வெள்ளாடுகள் முளைக்குச்சியடித்துக் கட்டப்பட்டு இருந்தன. செவலைநாய் குழி பறித்துப் படுத்திருந்தது. ஆள் அரவம் கண்டதும் வெள்ளாட்டுக் குட்டிகள் மிரண்டு வாய்க்கால் பக்கமாக ஓடின. செவலைநாய்ச் சாவகாசமாக எழுந்து குரைக்க ஆரம்பித்தது. வீட்டு எறவாணத்துத் திண்ணையில் பச்சைத் துப்பட்டி விரித்த கயிற்றுக் கட்டில் ஆள் படுத்திருந்ததிற்கு அடையாளமாகக் கிடந்தது. நானும் சித்தப்பாவும் சற்றுநேரம் வாசலிலேயே நின்று கொண்டிருந்தோம். பச்சிலை பிழியும் அய்யனைக் காணவில்லை. விசாரிக்கக்

கிட்டத்தில் வீடுகளும் இல்லை. பொழுது உதிக்கச் சிலகணம் இருக்கும்போது சல்லைக் கத்தியில் சுருட்டிய பசுந்தழைக் கொடிகளைச் சுமந்தபடி பச்சிலை பிழியும் அய்யன் வாய்கால் மேட்டு வழியாக வந்து சேர்ந்தார். வெள்ளாட்டுக் குட்டிகள் பின்னே குதித்துக் கொண்டு வந்தன. எறவாணத் திண்ணைக் கூரை மீது சல்லக்கத்தியைச் சார்த்தி வைத்தார். பசுந்தழைக் கொடிகள் கூரைக்கு மேலே போய் விட்டது. வெள்ளாடுகளும் வெள்ளாட்டுக் குட்டிகளும் அன்னார்ந்து பார்த்துக் கத்த துவங்கின. அய்யன் என்னிடம் வந்து என் கண்களை உற்றுப் கவனித்தபடியே கேட்டார்.

"எந்தூரு சாமி நீங்க?"

"மேக்கே நல்லிமடமுங்க..."

"செரி... இப்பிடியே ஊருத் தடத்துல மேக்கே போனீங்கன்னா தென்னந்தோப்பு கிளுவவேலியில கோவக்கொடி படந்து கெடக்கும். ஒரு நாம்பு இனுங் கிட்டு வாங்க. அப்பொறமா பண்டுதம் பண்ணலாம்."

அய்யன் நகர்ந்து எறவாணத்துத் திண்ணையை நோக்கி நடந்தார். நான் வெள்ளாட்டுக் குட்டிகளை வேடிக்கை பார்த்தபடி வாசலிலேயே நின்று கொண்டேன். சித்தப்பா ஊர்த்தடத்தில் போய்ச் சீக்கிரத்தில் கோவைக்கொடி கொண்டுவந்து அய்யனிடம் கொடுத்தார். அய்யன் கோவைத்தழைகளை உள்ளங்கையில் வைத்துக் கசக்கிப் பிழிந்துக்கொண்டே என்னிடம் வந்தார்.

"இங்க பாரு சாமி... கண்ணை மூடீறக்கூடாது... முழுச்சுக்கிட்டே என்னைப் பாக்கணும்."

அய்யன் கொங்கணச் சித்தர் குகையிருக்கும் ஊதியூர் மலை தெரியும் வடக்குத்திசை பார்த்துப் பாடினார்.

> "அரிக்கு முந்தின தவ்வெழுத்தாம், பின்னும்
> அரிக்குள் நின்றதும் அஞ்செழுத்தாம்,
> தரிக்கும் முந்தின தஞ்செழுத்தாம் வாசி
> பரிக்குள் நின்றது மஞ்செழுத்தாம்"

அய்யன் சட்டெனக் கோவைச்சாற்றை என் கண்களில் மாறி மாறிப் பிழிந்துவிட்டார்.

"கண்ணு எரியும்... தெறக்காதே... சித்த நேரம் அப்பிடியே பொறுத்துக்கிட்டு இரு சாமி."

நான் என் அவஸ்தையை வெளிக்காட்டிக்கொள்ள வில்லை. கண்ணெரிச்சல் அதிகமாகி அடங்கியது. அய்யன் தட்சணையாக எதுவும் வாங்க மறுத்துவிட்டார். அமராவதியாறு தாண்டும்போது நான் சித்தப்பாவிடம் கேட்டேன்.

"இனி ஆருக்கு கண்ணு வலிச்சாலும் இந்தக் கோவைக்கொடியெ நாமலே பிழிஞ்சு உட்றலாம் இல்லீங்களா சித்தப்பா?"

"அப்பிடியில்ல வேணு... அந்த அய்யன் வைத்தியத்துக்குன்னே குருவகுல வாங்கி வந்திருப்பாரு. அவருக்குப் பண்டுதம் பலிக்கும். நாம புழுஞ்சுவுட்டா பலிக்காமப் போயிரும். கண்ணுக்கும் எதாச்சும் ஆயிரும்."

மறுதினம் உதயகாலச் செந்தணல் பொழுது மேலேறிற்று. நான் மணற்பரப்பில் நின்று நிழற் பிரார்த்தனை செய்துக்கொண்டிருந்தேன். என் நிழலின் கழுத்துப் பாகத்தை உற்று நோக்கியபோது கண்களில்

எரிச்சல் இல்லை. கடும் வலியில்லை. முகத்தைத் திரும்பி உதயகாலப் பொழுதைப் பார்த்தேன். செந்தணல் பொழுது முதல்முறையாகப் பிரகாசமாகத் தெரிந்தது. அமுதக் கலயத்துடன் பாறை மீது உட்கார்ந்திருந்த சித்தப்பாவிடம் ஓடினேன். சித்தப்பாவுக்கு எல்லைமீறிய சந்தோஷம் பீறிட்டது.

இருவரும் குடைச்சீத்தைக்குள் போய்த் தேசாந்திரக்காரனைத் தேடினோம். தேசாந்திரக்காரன் எங்குமே தென்படவில்லை. கருநாயும் தென்படவில்லை. ஊர் வந்து காலம் ஓடிய பின்பும் தேசாந்திரக்காரனைத் தேடிக்கொண்டேயிருந்தோம். தேசாந்திரக்காரன் மட்டும் தென்படவே இல்லை. அஸ்ஸாம் கோஹோரா வனச் சரகத்து வேலைக்குப்போன அப்பாவும் ஊர் திரும்பவே இல்லை. அங்கு வேறு கல்யாணம் செய்துகொண்டதாக ஊர்சனங்கள் பேசிக்கொண்டனர். எனக்கு அப்படி இருக்காது என்று தோன்றியது. ஒரு தினம் அப்பா திரும்பிவருவார் என்றே நம்பினேன். காலமோ அதற்கான சாத்தியம் இல்லையெனத் தொடர்ந்து உணர்த்திக் கொண்டிருந்தது. அப்பாவின் பிம்பம் மெல்ல மெல்ல எனக்குள் மறையத் துவங்கியது.

■

06

சித்தப்பாவின் பையன் கார்த்தி ஆள் வளர்த்த போதும்கூட அறிவில் குழந்தையாகவே இருந்தான். ஒவ்வொரு காரியத்துக்கும் கார்த்தியிடம் விளக்கிக் கொண்டேயிருக்க வேண்டும். ஊரில் கார்த்தியை வெள்ளச்சோளக் கார்த்தி எனப் பட்டப்பெயருடன் கூப்பிட்டனர். உள்ளூர் சிறுவர்களோடு மட்டுமே கார்த்திக்குச் சகவாசம் இருந்தது. இன்னும் காலையிலேயே பைக்கட்டைத் தூக்கிக்கொண்டு ஆரம்பப் பள்ளிக்கூடத்துக்கு ஊர்ச் சிறுவர்களோடு போவதை வழக்கமாக்கியிருந்தான். வாத்தியார்களும் கார்த்தியைக் கண்டுக் கொள்வதில்லை. பள்ளிக்கூடத்தில் என்ன படிக்கிறான் என்று சித்தப்பாவோ சித்தியோ ஒருநாளும் கேட்டதில்லை. பைக்கட்டில் கார்த்தி என்ன வைத்திருக்கிறான் என்று

எவரையும் பார்க்க விட்டதில்லை. தோளில் தொங்கும் அழுக்கடைந்த பைக்கட்டு கார்த்திக்கு ஒரு அடையாள மாகவே இருந்தது.

நான் மட்டுமே சங்கரண்டாம்பாளையம் உயர் நிலைப் பள்ளியில் ஒன்பதாம் வகுப்புச் சேர்ந்தேன். மிதிவண்டியில் சென்றுவந்தேன். ஊரிலிருந்து தென்னந் தோப்பினூடே செல்லும் தார்சாலை குள்ளக்காளி பாளையம் தாண்டியதும் கொறங்காட்டு வெளிக்குள் வளைந்து வளைந்து போகும். ஆளே எதிர்ப்பட மாட்டார்கள். எப்பொழுதாவது புஷ்பகிரி என்ற தனியார் பேருந்து கடக்கும். நான்கு மைல் தூரம் நான் அமைதியான தனிமையில் பயணிப்பேன். அந்த மிதிவண்டி பயணம் எனக்கு மிகவும் பிடிக்கும். என் ஓவியக் கனவுகள் மனமெங்கும் துளிர்க்கும். ஆனால் வரைய அவகாசம் இருக்காது. வரையவும் முயல வில்லை. என் கவனம் முழுவதும் படிப்பிலேயே இருந்தது.

அன்று பத்தாம் வகுப்பு அரைப் பரீட்சை முடிந்த தினம். மதிய நேரம். நான் மிதிவண்டியில் ஊரை நோக்கி வந்துகொண்டிருந்தேன். எப்பொழுதும் போலவே தார்சாலை வெறிச்சிட்டுக் கிடந்தது. இரு மருங்கும் கொறங்காடுகளில் புல் மேயும் மாடுகளோடு உன்னிக்கொக்குகளும் நடந்து இரைப் பிடித்துக் கொண்டிருந்தன. வரலாற்றுப் பரீட்சையில் அக்பர் தோற்றுவித்த மதத்தின் பெயரான தீன் இலாகியைத் தவறாக எழுதிவிட்டதை நினைத்தபடி மிதிவண்டியை விரைவாக மிதித்துக்கொண்டிருந்தேன்.

அப்போது வலக்கைப் பக்கம் கொறங்காட்டுக்குள் வினோதமான ஒலி எழும்பிற்று. அந்த ஒலி விடாமல்

பல்கிப் பெருகிற்று. அந்த ஒலி ஏதோ விசித்திரப் பறவையின் ஒலி என்பது மட்டும் என்னால் கண்டுணர முடிந்தது. அது என்ன பறவையாக இருக்குமென்று கற்பனை செய்யமுடியவில்லை. நான் மிதிவண்டியை தார்ச்சாலை ஓரமாக நிறுத்திப் பூட்டினேன். விசித்திரப் பறவையின் ஒலி வந்த திசையை நோக்கிப் போக யத்தனித்தேன். அதற்குள் வேறு சில விசித்திரப் பறவைகளும் ஒலி எழுப்ப ஆரம்பித்தன. கிளுவை முள்வாதுகள் கவிழ்ந்த சிறு மண் இட்டேரி உள்ளே போனது. மூன்று கொறங்காடுகளைத் தாண்டி நடந்தேன். விசித்திரப் பறவைகளின் ஒலிகள் ஒருசேர கிட்டத்தில் கேட்டன. நான் துளியும் ஓசையெழுப்பாமல் முன்னேறினேன். வரைந்த ஓவியம்போல ஒரு காட்சி எனக்குத் தென்பட்டது. சுற்றிலும் கருமை வெளிறிய பாறைகள். காக்காப்பொன் படிந்து வெயிலில் மின்னிற்று. பாறைகளின் இடுக்கில் பாலை மரங்கள் முளைத்து வளர்ந்திருந்தன. பாலை மரநிழலில் நின்றிருந்த மயில்கள் என்னைக் கண்டதும் மிரண்டு பாறைகளிலிருந்து கீழே குதித்தன. கொழுக்கற்றைப் புற்களுக்குள் ஓடி மறைந்தன. கொஞ்சம் முன்பு ஒலியெழுப்பிய விசித்திரப் பறவைகள் எல்லாம் மயில்கள் என அறிந்ததும் ஆச்சரியமானேன். அதற்கு முன்பு வரை எங்கள் சுற்றுவெளியில் நான் மயில்களின் அகவலைக் கேட்டதேயில்லை. மயில்களும் தட்டுப்பட்டது இல்லை. எவரும் கண்டதாகச் சொன்னதும் இல்லை. மயில்கள் எட்டத்தில் சென்று என்னையே பார்த்துக் கொண்டு மிரட்சியுடன் விடாமல் அகவின. பத்துக்கும் மேற்பட்ட பெண் மயில்கள். ஏழெட்டு சிறிய மயில் குஞ்சுகள். தோகைகள் நிலத்தில் உராயும் ஐந்தாறு ஆண் மயில்கள். நான் பாறையின் மீது தாவி ஏறினேன்.

பத்தடி உயரமுள்ள பாறைகள். காய்ந்து சூடாகக் கிடந்தது. பாறைகளின் நடுவே சிறிய குளம்போலத் தேங்கிய பச்சைப் பாசிநீர். நீரோரம் சம்புக்கோரைகளும் கடம்பப் புற்களும் தூர்தூராக முளைத்திருந்தன. பாறைகளுக்குச் சற்றுத் தள்ளி ஆறேழு நெடும்பனைகள். நான் பாலை மரநிழல் படிந்த ஒரு பாறை மீது அமைதியாக உட்கார்ந்துகொண்டேன். எனக்கு அந்த இடத்தைக் காகிதத்தில் ஓவியமாக உடனே வரைய வேண்டும் என்கிற ஆவல் பீறிட்டது. பென்சில் காகிதம் எல்லாம் மிதிவண்டியில் இருந்தன. அந்தச் சமயத்தில் எனக்குச் சட்டென ஒரு யோசனை உதித்தது. எழுந்து பாறையிலிருந்து நிலத்தில் குதித்தேன். என்னைக் கண்டு அகவிக்கொண்டிருந்த மயில் கூட்டம் இன்னும் தூரமாக ஓடிற்று. இட்டேரிக் கிளுவை வேலியில் படர்ந்திருந்த கோவைக்கொடி இலைகளைப் பறித்து வந்தேன். அதன் சாற்றில் பாறையில் மனதுக்குள் சுழன்ற அவ்விடத்துக் காட்சியை ஓவியமாக வரைய ஆரம்பித்தேன். நினைத்தது போல் வரைய முடிய வில்லை. சாறு குறுக்காக ஒழுகி ஓவியத்தைக் கெடுத்துக் கொண்டேயிருந்தது. ஓவியம் முற்றுப் பெறவுமில்லை. இயல்பான அழகுறவுமில்லை.

உச்சிப் பொழுது மேற்கே அடி சாயத் துவங்கிற்று. எனக்கு நன்றாகப் பசியும் எடுத்தது. சித்தியும் சித்தப்பாவும் வேறு என்னைத் தேடத் தொடங்கி விடுவார்கள் என்கிற எண்ணமும் ஏற்பட்டது. நான் ஊருக்கு கிளம்ப எழுந்தேன். அந்தக்கணம் கருநாய் இட்டேரியிலிருந்து ஓடிவந்து பாறை மீதேறிற்று. பாலை மரநிழலில் நான் வரைய முயன்ற ஓவியத்தின் மேல் போய்ப் படுத்தது. நான் விரட்டினேன். கருநாய் அசையவேயில்லை. கருநாயின் மீதான கோபத்தை

அடக்கிக்கொண்டு ஊருக்கு வந்துசேர்ந்தேன். பத்து நாட்கள் அரைப் பரீட்சை விடுமுறை. பகல்பொழுதுகளில் நான் தோட்டத்துக்குப் போய் விதவிதமான இலைச் சாறுகளைத் தேங்காய்த் தொட்டியில் சேகரித்தேன். கிணற்று மேட்டுக்கு எடுத்து வந்து கருங்கல் குவியல் மேல் வரைந்து பார்த்தேன். கருங்கல்லின் மீது படிந்த சாறு ஒழுகாதளவுக்கு இலைச்சாறுகளின் கலவைகளைக் கெட்டியாகத் தயார்செய்தேன்.

பள்ளிக்கூடம் துவங்கியதும் அந்தியில் ஒவ்வொரு நாளும் அந்தப் பாறைக்குளத்துக்குப் போகத் தொடங்கினேன். பாறையில் தினமும் கொஞ்சம் கொஞ்சமாக ஓவியத்தை வரைந்துவந்தேன். அப்படியான ஒருநாளில் நான் பாறைக்குளத்திற்குப் போனபோது பாறை மேல் சம்மணங்கால் போட்டு தேசாந்திரக்காரன் உட்கார்ந்து இருந்தான். நான் ஆச்சரியமும் திகைப்பும் அடைந்து எதுவும் பேசாமல் நின்றேன். தேசாந்திரக்காரன் சிரித்தான்.

"கல்லு மேல சித்திரம் தீட்டறது நீதானா? தீட்டு தீட்டு... நல்லாத் தீட்டு."

நான் வேறுவழியின்றிப் பாறை மீது ஏறி ஓவியம் வரைந்தேன். மனம் ஒன்றவில்லை. கோடுகள் உருவங்களாகப் பரிணமிக்கவில்லை. நினைவில் உதித்த காட்சி விரல்களின் தீட்டலாய் பாறையில் இறங்க வில்லை. தேசாந்திரக்காரன் மீண்டும் சிரித்தான்.

"கண்டதையும் சித்திரமாகத் தீட்ட நெனைச்சீன்னா இப்பிடித்தான் ஆகும். கடைசியில எதையும் ஒழுங்கா தீட்ட முடியாது."

நான் புரியாமல் தேசாந்திரக்காரனைப் பார்த்தேன்.

“இந்த மடைக்கு என்ன பேருன்னு தெரியுமா? பீமன் மடையின்னு பேரு. முன்னொரு காலத்துல வனவாசத்துல இருந்த பஞ்ச பாண்டவர்களும் திரவுபதியும் இவ்வழியா போயிருக்காங்க. நல்ல வெயில் நேரம்... அப்போ பீமனுக்குத் தண்ணித் தாகம் ஏற்பட்டிருக்கு. ஒடனே பீமன் கையில வெச்சுருந்த கதாயுதத்தால நெலத்துல ஓங்கி ஒரு குத்து குத்தி இருக்கான். தண்ணீ ஊத்தா பொங்கீருக்கு. அப்பொறம் எல்லாரும் தாகம் தனுச்சிருக்காங்க. அன்னீலிருந்து இன்னைக்கு வெரைக்கும் இங்கே எந்த வேடைக்கும் தண்ணீ வத்தலீன்னு சொல்லறாங்க. நீ இந்தக் கதையவே சித்திரமாத் தீட்டு...”

“எனக்குப் பஞ்ச பாண்டவங்க எப்பிடி இருப்பாங்கன்னே தெரியாதே”

“ஆமால்ல... உனக்கு மொதல்ல பஞ்ச பாண்டவர் களோட கதையெ சொல்லறேன்.”

மறுதினத்திலிருந்து தேசாந்திரக்காரன் தினமும் கொஞ்சம் கொஞ்சமாகப் பஞ்ச பாண்டவர்களோட கதையைச் சொல்ல தொடங்கினான். எனக்குத் திரௌபதியின் உருவம் மனதுக்குள் உருப்பெற்றது. உடை கூந்தல் எனக் கற்பனையில் விரிந்தது. பீமனின் பலம், அர்ஜுனரின் வீரம், தர்மரின் பொறுமை, நகுலன் சகாதேவனின் பணிவு என எல்லாம்கூட மனதுக்குள் சித்திரமாக விழுந்துவிட்டன. நான் இலைச்சாறுகளை வைத்துகொண்டு பாறையில் ஓவியமாகத் தீட்டி வந்தேன். முழுப் பரீட்சை துவங்குமுன் பீமன் மடையின் எல்லாப் பாறைகளின் மீதும் திரௌபதி மற்றும் பஞ்ச பாண்டவர்களின் வனவாச ஓவியங்களை வரைந்து முடித்து விட்டேன். பீமன் மடையில் அகவும்

மயில்களும்கூட ஓவியத்தில் இடம்பெற்றன. அந்த ஓவியங்களை எவரும் பார்த்ததாகத் தெரிய வில்லை. கருத்து சொல்லவும் தேசாந்திரக்காரனும் வரவில்லை. கருநாயையும்கூடக் காணவில்லை.

பதினொன்று பன்னிரண்டாம் வகுப்புக்கு நான் தாயம்பாளையம் மேல்நிலைப் பள்ளியில் சேர்ந்து படித்தேன். அதுவும் மிதிவண்டி பயணம்தான். ஏனோ அந்த வழி மனதுக்குப் பிடித்தமில்லாத வழியாகவே இருந்தது. பீமன் மடை போன்ற ஒரு தனித்துவமான இடம் இல்லாமல் போனதும் காரணமாக இருக்கக் கூடும். கணிதமும் அறிவியலும் கொண்ட முதல் குரூப்பில் என்னால் அதிக மதிப்பெண் எடுக்க முடியவில்லை. முழுப் பரீட்சை விடுமுறை முழுவதும் நான் கல்லூரியில் சேருவது பற்றிய குழப்பத்துடன் நாட்களைக் கடத்தினேன். பீமன் மடைப் பக்கம் போகவேயில்லை. இரண்டு வருடங்களில் கார்மழையும் பருவமழையும் நன்றாகவே பெய்தது. ஓவியங்கள் என்னாயிற்று என்று தெரியவில்லை. அழிந்துவிடுமோ என்ற கவலையும் இருந்தது. அதேபோல் நான் கல்லூரியில் சேர்ந்து படிப்பதும் வெறும் கனவாகவே போய்விடும் என்கிற கவலையும் வாட்டியது. குடும்பப் பொருளாதாரம் இடம் கொடுக்காது என்றும் கண்டுணர்ந்தேன். நான் சித்தப்பாவுக்குப் பாரமாக இருக்க விரும்பவில்லை. அந்தச் சமயத்தில் சித்தப்பாவுக்கும் தோட்டத்தில் பயிரிட்ட எல்லா வெள்ளாமைகளுமே நஷ்டத்திலேயே முடிந்திருந்தன. முட்டுவழிப் பணமே தேறவில்லை. சித்தப்பா உள்ளூர்காரர்களிடமும் உறவினர்களிடமும் கைமாத்து வாங்கிக் கொண்டேயிருந்தார். எப்படித் திருப்பிக் கொடுக்கிறார் என்று எனக்குத் தெரிந்ததுமில்லை.

சித்தியும் குடும்பத்தில் சூழ்ந்த வறுமையை வெளிக் காட்டாமலே அனுசரித்து வாழ்ந்தாள். இதை எல்லாம் எதுவும் அறியாத வெள்ளச்சோளக் கார்த்தியும் சிறுவர்களோடு சேர்ந்து வீதியில் நொங்கு வண்டி ஓட்டி விளையாண்டுக் கொண்டிருந்தான்.

கார்மழை இடி மின்னலோடு கனத்து இறங்கிய ஒருநாளில் ஆசாரத்துத் திண்ணையில் உட்கார்ந்திருந்த நான் கல்லூரியில் சேர்வதில்லை என்று முடிவுசெய்தேன். உள்ளூர் மாமா ஒருவர் மூலம் ஊதியூர் இரும்பு வெல்டிங் பட்டறையில் வேலைக்குச் சேர்ந்தேன். இரண்டு நாட்கள் சித்தப்பாவுக்கும் சித்திக்கும் தெரியாமல் பட்டறை வேலைக்கும் போக ஆரம்பித்தேன். பட்டறை உரிமையாளர் எனக்குப் பெரிதாக வேலை எதுவும் கொடுக்கவில்லை. மற்றவர்கள் செய்வதைக் கவனிக்க மட்டுமே சொன்னார். பட்டறை வேலை கடினமான வேலை என்பதை நான் அறிந்தே இருந்தேன். மனதளவில் அந்த வேலைக்குத் தயாராகி விட்டேன். மூன்றாம் நாள் நான் பட்டறை வேலைக்குக் கிளம்பிக்கொண்டிருந்த போது சித்தப்பாவும் வெள்ளை வேட்டி சட்டையில் எங்கோ வெளியே கிளம்பத் தயாராகிக்கொண்டிருந்தார். சித்தப்பாவின் மொபட் திண்ணையிலிருந்து இறக்கி வாசலில் நிறுத்தி வைக்கப் பட்டிருந்தது. காலையுணவு சாப்பிட அடம் பிடிக்கும் கார்த்தியை மிரட்டிப் பணிய வைத்துக்கொண்டிருந்த சித்தி என்னிடம் கேட்டாள்.

"உங்க சித்தப்பா உம் விசயமாத்தான் பொறப்படறாரு. உன்னையும் கூடக் கூட்டிப் போறேன்னாரு... நீ எங்கடா பொறப்பட்டுட்டே?"

நான் சற்றுக் குழம்பினேன். அமைதியாகத் திண்ணையில் அமர்ந்துகொண்டேன். சித்தப்பா

விளக்கு மாடத்து சாமியை கும்பிட்டு திருநீரு பூசியபடி என்னிடம் சொன்னார்.

"வேணு... உ... சட்டிவிக்கேட்டெல்லாம் எடுத்துட்டு வா... நாம ஒருபக்கம் போய்ட்டு வர்லாம்."

மொபட் ஊரின் கிழக்கே தென்னந்தோப்பினூடே போகும்போது சித்தப்பா பேசினார்.

"ஏன்டா... காலேச்செல்லாம் சேரலாமுன்னு எண்ணமில்லயா? இப்பிடி தெக்க வடக்கே சுத்திட்டு இருக்கே?"

"இல்ல சித்தப்பா... அது வந்து..."

"உண்மையெச் சொல்லு... சித்தப்பா எங்க காலேச்சுல சேத்தப் போறாருன்னுதானே நெனைச்சே?"

"வேலக்கி போலாமுன்னு..."

"உ... சித்தப்பெ ஊரெல்லாம் கைமாத்து வாங்கினாலும் உன்னப் படிக்க வெக்க வக்கில்லாமப் போகல்லையிடா..."

மொபட் பீமன் மடை இட்டேரியில் திரும்பிற்று.

"சித்தப்பா... இங்கெதுக்குப் போறோம்?"

சித்தப்பா மொபட்டை நிறுத்தினார். ஏற்கனவே பீமன் மடைப் பாறை மீது எங்கள் பள்ளிக்கூடத்து ஓவிய ஆசிரியர் நின்று நான் வரைந்த இலைச்சாற்று ஓவியங்களைப் பார்வையிட்டுக் கொண்டிருந்தார். கூடவே தேசாந்திரக்காரனும் நின்று ஏதோ தணிந்த குரலில் பேசிக்கொண்டிருந்தான். அவர்கள் இருவரும் எங்களை எதிர்ப்பார்த்துக் காத்திருப்பது தெரிந்தது. சித்தப்பாவோடு நான் பீமன் மடையை நெருங்க நெருங்க எனக்கு உள்ளுக்குள் உதறல் எடுத்தது.

வெளிக்காட்டிக்கொள்ளாமல் சித்தப்பாவோடு தாவி பாறை மீது ஏறினேன். ஓவிய ஆசிரியர் குனிந்து மீண்டும் ஒருமுறை ஓவியங்களைப் பார்வையிட்டுவிட்டு என்னிடம் நிமிர்ந்தார்.

“இவ்வளவு திறமையிருக்கறதெ... இத்தன நாளா எங்கிட்டே ஏந்தம்பி மறச்சே?”

நான் மௌனமாகவே நின்றேன். ஓவிய ஆசிரியர் தேசாந்திரக்காரனைக் கைகாட்டிச் சொன்னார்.

“இந்த அய்யாதான் என்னை இங்க கூட்டி வந்தாரு. உந்திறமைகளைப் பத்தியும் சொன்னாரு.”

“சித்திர வாத்தியாரே... அதெல்லாம் இப்ப எதுக்கு? பய்யன் சித்திரம் பழகப் படிக்கட்டும்...”

நான் பெரிய போராட்டத்திற்குப் பின் கும்ப கோணம் ஓவியக் கல்லூரியில் சேர்ந்தேன். முதலாம் ஆண்டு முடியும் தருவாயில்தான் எனக்கு ஓவியம் பற்றிய உண்மையான புரிதல் ஏற்பட்டது. சித்திரைக் கோடை தினத்தில் ஊருக்கு வந்திருந்த நான் இரவில் மிதிவண்டி எடுத்துக்கொண்டு பீமன் மடை போனேன். இருளில் பீமன் மடை அத்துவானமாகக் கிடந்தது. வாடிப்போயிருந்த பாறையிடுக்குக் கடம்பப் புற்களைக் கொத்தாகப் பிடித்துப் பாறைகளின் மேல் ஏறி நின்றேன். பாலைமரங்கள் அன்றுபோலவே இருந்தன. ஆளின் அரவம் கண்டதும் பாறைகளின் ஓரமாக இருந்த தவளைகள் நீருக்குள் குதித்தன. நெடும்பனைகளில் அணைந்திருந்த மயில்கள் விழித்துக்கொண்டு அகவின. நிலா உதிக்காத காலம். பாறை மீதிருந்த என் ஓவியங்கள் பார்வைக்குச் சரியாகத் தெரியவில்லை. தீக்குச்சியை உராய்ந்து காட்டினேன். மஞ்சள் ஒளியில் பறவை எச்சங்கள் படிந்த பாறைகளை ஒவ்வொன்றாகப்

பார்வையிட்டேன். அர்ஜுனன் வில்லேந்தி நடந்தான். பீமன் தன் காதாயுதத்தை ஓங்கி நிலத்தில் குத்த எத்தனித்தான். நிலத்திலிருந்து தண்ணீர் பொங்கிப் பிரவகித்தது. தாகம் தணிந்த திரௌபதி தலையில் சும்மாட்டுக் கூடை வைத்து நடந்தாள். திரௌபதியின் பின்னே நகுலனும் சகாதேவனும் நடந்தனர். அந்தரத்தில் இருக்கும் கிருஷ்ணரைப் பார்த்து பஞ்ச பாண்டவர்கள் ஐவரும் கும்பிட்டு நின்றனர். தர்மர் மட்டும் தனிப்பாறையில் வெறுமனே நின்றார்.

இப்போது இந்த இலைச்சாற்று ஓவியங்கள் தத்ரூபமாக இல்லை. ஏதோ ஒரு தொன்மைக்காலச் சான்று ஓவியங்கள் போலப் பாறைகள் மீது இறைந்து கிடந்தன. குருட்டுத்தன்மை வெளிப்பட்டது. அப்போது எனக்கு நன்றாக ஓவியங்கள் வரையத் தெரிந்திருக்க வில்லை. நான் இந்த ஓவியங்களை வரைந்ததெல்லாம் நான் ஓவியனாகப் பரிணமிக்கக் காலம் செய்த மாய விளையாட்டு என்றே தோன்றியது. கிருஷ்ணரைப் போலக் காலமும் ஒரு மாய விளையாட்டுக்காரன்தான். தேசாந்திரக்காரன் இந்த ஓவியங்களை வரையச் சொன்னதுகூடக் காலத்தின் மாய விளையாட்டுதான் என்றே நினைத்தேன்.

இரண்டாம் ஆண்டுக் கோடை விடுமுறையில் ஊருக்கு வந்தபோது எங்கும் கார்மழையே பெய்யாத வறட்சி. தோட்டத்தில் வெள்ளாமையே இல்லை. தீனியில்லாமல் ஆடு மாடுகளைக்கூட விற்கும் நிலையில் சித்தப்பா இருந்தார். வருமானம் இல்லை யென்பதை அறிந்துகொண்ட கடன்காரர்களும் வெளித்திண்ணையில் வந்து அமர்ந்து சப்தம் போடும் சூழல் இருந்தது. எனக்கு வீட்டிலே இருக்கப் பிடிக்க வில்லை. மறுபடியும் தோட்டம் சென்று அலைந்து

திரிந்து இலைச்சாறுகளைத் தயார்செய்தேன். மிதி வண்டியில் பீமன் மடைக்குச் சென்று திரௌபதியையும் பஞ்ச பாண்டவர்களையும் திருத்தத் தொடங்கினேன். நாளெல்லாம் இதுதான் என் வேலையாக இருந்தது. இந்தமுறை எனக்கு எடுபுடி வேலை செய்யக் கார்த்தித் துணைக்கு வந்தான். மிதி வண்டி ஓட்டுவதிலிருந்து இலைச்சாறுகளை எடுத்துக் கொடுப்பது வரை கார்த்தி உதவினான். நான் பீமனை திருத்திக்கொண்டிருந்தபோது கார்த்திக் குதூகலம் அடைந்து கத்தினான்.

"இந்தப் பொம்மைதான் நானு... பலசாலி..."

கார்த்திக் பாறைமீது நின்று மரக்கட்டை ஒன்றை தோளில் தூக்கி வைத்துக் கதாயுதம் ஏந்திய பீமன் போலவே கம்பீரமாக நடக்க ஆரம்பித்துவிட்டான். வீட்டுக்கு வந்து இரவு சாப்பாட்டின் போது சித்தியிடம் சொன்னான்.

"நானு... நானு பீமனாக்கும்..."

சித்திக்கு எதுவும் புரியவில்லை. கார்த்திக் திரும்பத் திரும்ப அதையே சொல்லிக்கொண்டிருந்தான். நான் பீமன் மடையில் ஓவியங்களைத் திருத்தித் தீட்டுவதில் இறுதிக் கட்டத்துக்கு வந்திருந்தேன். தர்மரின் ஓவியம் மட்டுமே பாக்கியிருந்தது. தர்மரின் முகம் எனக்கு இதுவரை பிடிபடாமல்தான் இருந்தது. தர்மரின் பல்வேறு குணங்களில் எந்தக் குணத்தை முதன்மைப் படுத்திக் கண்களைத் தீட்டுவது என்ற மனப் போராட்டத்தில் மூழ்கியிருந்தேன். உச்சிவெயிலில் பாறைகள் சூடேறிக் கொண்டிருந்தன. மயில்கள் கிட்டத்தில் சுற்றப் பழகியிருந்தன. கார்த்தியும் பாலை மரநிழலில் நிச்சலனமாக உட்கார்ந்திருந்தான். நான் ஒரு தீர்மானத்திற்கு வந்தவனாகத் தர்மரின் முகத்தை வரைய

ஆரம்பித்தேன். பாஞ்சாலியைச் சூதாடித் தோற்ற தர்மரின் கண்கள் எனக்குள் நிழலாடின.

அப்போது கிளுவை வேலிகளில் உடும்பு வேட்டையாடிக்கொண்டு வந்த வயோதிகன் பீமன் மடையில் நீர் அருந்திவிட்டுப் பாறை மீது ஏறிவந்தான். தர்மரின் முகத்தையே உற்றுப் பார்த்தான். கையெடுத்துத் தர்மரைக் கும்பிட்டான். எனக்குள் ஒரு கூடை தீ விழுந்தது போல் இருந்தது. நான் வரைய நினைத்தது தர்மரின் முகமில்லை. பிழை செய்ய இருந்தேனே என்று தோன்றியது. உடும்பு வேட்டையாடி பாறைகளிலிருந்து குதித்துறங்கினான்.

“அப்புனு... தர்மராசா எதுல வீரன்னு நெனைச்சே? ஈட்டி எறியறதுல? அது இருந்தா இன்னும் நல்லா இருந்திருக்கும்.”

உடும்பு வேட்டையாடி இட்டேரியில் கிளுவை வேலியை நோட்டம் விட்டபடியே போய்விட்டான். நான் தர்மரின் கண்களைத் திருத்தினேன். அடுத்ததாக வலது கையில் கூரீட்டி ஒன்று வரைய நினைத்தேன். பொழுது இறங்கி வந்தது. அந்த உடும்பு வேட்டையாடி திரும்ப வந்தான். பாறை மீது ஏறி தர்மரைப் பார்த்து மறுபடியும் கையெடுத்துக் கும்பிட்டான்.

“அப்புனு... இந்தத் தர்மராசாவுக்கு உசுரு வந்த மாதிரி இருக்கு. ஆனா இந்தத் தர்மராசாவாட்ட எல்லாந் தெரிஞ்ச ஞானியா ஒரு மகராச இங்க சுத்துவானே... அவெ இன்னிக்கு ஆத்துக்கால் பாறையில செத்துக் கெடக்கறான்.”

நானும் சித்தப்பாவும் அமராவதி ஆற்றங்கரைக்குப் போய்ச் சேர்ந்தபோது அந்தி ஒளி மங்கிவிட்டது. கோட்டைமாரியம்மன் கோவில் பண்டாரப் பூசாரியும் ஊர்ப் பிரமுகர்கள் சிலரும் கூடி நின்றிருந்தனர். பாறை

மேல் துயில்வதுபோல் தேசாந்திரக்காரன் மரணித்துக் கிடந்தான். ஊர்ப் பிரமுகர் ஒருவர் பண்டாரப் பூசாரியிடம் சொன்னார்.

“ஆருமில்லாத அனாத... அப்படியே தூக்கிட்டுப் போயி ஆத்துக்கால்ல பொதச்சிறலாம்.”

சித்தப்பா முன்னே போனார்.

“தம்பி... இந்தத் தேசாந்திரக்காரன் எனக்கு வேண்டியவன். நானே வாரிசா எல்லாக் காரியமும் பண்ணறேன்.”

“அப்ப நீங்க உங்க ஊட்டுக்கு எடுத்துட்டுப் போங்க. எங்களுக்கெல்லாம் வேலயிருக்கு.”

பண்டாரப் பூசாரியும் மற்ற ஊர் பிரமுகர்களும் தடுத்தும் கூடச் சித்தப்பா கேட்கவில்லை. தேசாந்திரக் காரனின் சவத்தை வீட்டுக்கு எடுத்துவந்தார். சித்தப்பாவே தேசாந்திரக்காரனுக்குக் குழிமேட்டில் மண்ணும் தள்ளினார். மீசை வழித்து மொட்டை அடித்துக் கொண்டார். வீட்டிலும் பதினாறு தினங்கள் தீட்டு அனுஷ்டிக்கப்பட்டது.

அதன்பின்பு எனக்குத் தர்மரின் வலது கையில் கூரீட்டி பிடித்திருப்பதுபோல வரைய அவகாசமில்லாமல் போய்விட்டது. முகத்தையும் சரிப்படுத்த முடியவில்லை. ஓவியக் கல்லூரி கிளம்பிவிட்டேன். தீக்குச்சியை நெருங்கிப் பிடித்தேன். தர்மரின் வலது கை வீரத்தை வெளிப்படுத்தாமல் வெறுமனே தொங்கிய நிலையில் இன்னும் அப்படியே இருந்தது. முகம் எந்தவிதப் பாவனைகளையும் வெளிப்படுத்தாமல் இருந்தது. காலத்தின் மாய விளையாட்டும் என் வாழ்வில் தொடர்ந்து கொண்டேதான் இருந்தது.

■

07

தோட்டவெளியின் கிளுவைவேலிகள் எங்கும் கன்னிவிழிப் பூக்கள் மலர்ந்திருந்தன. அடுத்தடுத்த புயலினால் அனுதினமும் மழை பொழிந்து கொண்டேயிருந்தது. சுற்று வெளியில் குளங்களும் ஏரிகளும் நீர் நிறைந்து தளும்பிற்று. அமராவதியிலும் உப்பாற்றிலும் வெள்ளப் பெருக்கு அடிக்கடி நிகழ்ந்தது. கரையோரத்து நெல்வயல்கள் எல்லாம் நீரில் மூழ்கின. நீலவர்ண மார்புச் சம்பங் கோழிகள் எங்கிருந்தோ வந்து நீரோரங்களில் பதுங்கித் திரிந்தன.

இக்காட்சிகளை நீர்வண்ன ஓவியமாக என் தூரிகை வெண்தாளில் தீட்டியபடியே இருந்தது. கூரை நீர் சொட்டிடும் ஆசாரத்துத் திண்ணையில் அமர்ந்துதான் வரைந்து கொண்டிருந்தேன். மதியச் சாப்பாட்டுக்காக நச்சரித்துப் பார்த்துவிட்ட சித்தி கிட்டத்தில் வந்தமர்ந்தாள்.

"தீவாளி லீவு முடிய இன்னு எத்தன நாளு இருக்கு கண்ணு?"

"அஞ்சு நாளு சித்தி"

"இது கடேசி வருசந்தானே கண்ணு? படிச்சு முடிச்சதையும் ஓவிய வாத்தியாரா வேல கெடைக்கு முல்ல கண்ணு?"

நான் தூரிகையை உதறி வைத்துவிட்டு நிமிர்ந்து சித்தியைப் பார்த்தேன்.

"ஏங் கேக்கறன்னா கண்ணு... சித்தப்பா கடனெ ஒடனெ வாங்கித்தான் உன்னப் படிக்க வெக்கறாரு. நீ வேலக்கிப் போனாத்தான் நம்ம குடும்பம் தல நிமிரும்."

நான் பதிலேதும் கூறாமல் சித்தியையே பார்த்தபடி இருந்தேன். சித்தியின் கண்களில் என் மீதான நம்பிக்கை துளிர்த்துக்கொண்டிருந்தது. தொட்டிக்கட்டு வாசலில் மழை கனத்து இறங்கியது. அப்போது வெளிநடைக்குள் தலை நீட்டி கார்த்திக் குரலிட்டான்.

"அம்மா... அம்மா... ஓடயில மீனு வந்திருக்கு... வா போலாம்."

"ஏன்டா... நீ பாத்தியா?"

"ஆமா..."

சித்தி எழுந்தாள். என்னையும் கூப்பிட்டாள்.

"எப்பவுமே ஓடயில ஓரம்பு எடுத்தா ஆத்துல இருந்து எதிர்மீனு வரும். வாடா நாமலும் போயி பாத்துட்டு வரலாம்."

கோணிச்சாக்கில் கொங்காடையிட்டுக்கொண்டு நானும் சித்தியும் கிளம்பினோம். கார்த்தி மழையில்

நனைந்தபடி வீதியில் முன்னால் ஓடிக்கொண்டிருந்தான். ஊரின் தெற்கே நாகமடு ஓடை போனபோது கார்த்தியும் ஊர்ச் சிறுவர்களும் ஈரமண்கரையில் நின்று வேடிக்கை பார்த்துக்கொண்டிருந்தனர். தெளிந்த ஓடைநீரில் எதிர்மீன்கள் கூட்டம் கூட்டமாக நீந்திப் போய்க்கொண்டிருந்தன. சித்தி என்னிடம் சொன்னாள்.

"இதுக எல்லாம் சிப்பிலி மீனும் கொறத்தி மீனும்... கெண்டை மீனும் ஆறாமீனும் வந்திருக்குதான்னு பாக்கலாம். கீழே எறங்கறதுக்கு வழியிருக்கான்னு பாருடா."

ஈரமண்கரையிலிருந்து கீழே இறங்க சோற்றுக் கற்றாழையிடையே ஓர் ஒற்றைத்தடம் போயிற்று. அந்தத் தடமும் அடிக்கடி ஆள் புழங்காததால் ஒற்றம் புற்கள் முளைத்துத் தரை தெரியாமல் மூடியிருந்தது. சித்தி சோற்றுக்கற்றாழைப் பூந்தண்டுகளை ஒதுக்கி கீழிறங்கினாள். நானும் கார்த்தியும் ஊர்ச் சிறுவர்களும் சித்திக்குப் பின்னே இறங்கினோம். அந்த நேரம் ஓடைநீரில் விலாங்கு மீன் ஒன்று நெடுஞ்சாரைப் பாம்புபோல எதிர்மீனாய் நீந்தி வந்தது. சித்திக்கு விலாங்கு மீனை விட மனசில்லை. சித்தியின் கண்கள் விலாங்கு மீனையே நோக்கின. கால்களைக் கீழே பார்க்காமல் எட்டி வைத்துவிட்டாள். சட்டெனச் சறுக்கி நிலைதடுமாறினாள். சோற்றுக்கற்றாழைக்குள் விழுந்து ஓடைநீரை நோக்கி உருண்டாள். விலாங்கு மீன் எட்ட நீந்திப்போய்ப் பார்வையிலிருந்து முற்றிலும் மறைந்துவிட்டது.

நானும் கார்த்தியும் சித்தியை தூக்கிக்கொண்டு வீடு வந்து வெளித்திண்ணையில் கிடத்தியபோது ஊர்ப் பெண்களும் கூடிவிட்டனர். சித்திக்கு இடது

கணுக்கால் பிசகிக்கொண்டது. பிசகிய இடம் வீங்க ஆரம்பித்துவிட்டது. தாயம்பாளையத்திலிருந்து மாமா வந்தபின்பு சித்தப்பா சித்தியை போடிபாளையம் கூட்டிப் போனார். மாவுக்கட்டுப் போட்டு சித்தி வீடு திரும்ப நடுச்சாமம் ஆகிவிட்டது. அதே வாடகை காரில் மாமா உடனே தாயம் பாளையத்திற்குப் புறப்பட்டுப் போனார். சித்தி வலி பொறுக்க முடியாமல் அணத்திக் கொண்டேயிருந்தாள். சித்திக்கு வலி மறக்க நானும் சித்தப்பாவும் கிட்டத்தில் அமர்ந்து பேச்சுக் கொடுத்துக் கொண்டிருந்தோம். கார்த்தி எதையும் உணராமல் சித்தி படுத்திருந்த பாயிலேயே மல்லாக்கப் படுத்து குறட்டைவிட்டு உறங்கிக் கொண்டிருந்தான்.

விடிவதற்குச் சற்றுமுன்பு அதே வாடகை கார் வாசலில் வந்துநின்றது. மாமா தன் மகள் பார்கவியை உள்ளே கூட்டிவந்தார். பார்கவியை நான் இதுவரை பார்த்ததேயில்லை. பத்தாவது முடித்துவிட்டு இடையங் கிணற்று நூற்பாலையில் பஞ்சுடைக்கப் போய்க் கொண்டிருப்பதாகச் சித்தி ஒருமுறை சொல்லி இருந்தாள். சித்தியின் கூடப்பிறந்த தம்பிதான் மாமா. வசதி குறைவுதான். பார்கவிக்கு இடுப்புவரை நீண்ட கூந்தல். லட்சணமான முகம். விரிந்த கண்கள். மாநிறமான அழகு. பார்கவியின் தோற்றம் பீமன் மடை பாறையில் நான் திரௌபதியின் ஓவியத்தைத் தீட்டுவதற்கு முன்பு மனதுக்குள் உருவகப்படுத்திருந்த பெண்ணை ஞாபகப்படுத்தியது. ஆசாரத்துத் தூணைப் பிடித்துக்கொண்டு தயங்கியபடி நின்ற பார்கவியைப் பார்த்து மாமா சொன்னார்.

"இங்க பாரு புள்ளே... அத்தை நல்லாகி வர்ற வரைக்கும் நீதான் இந்த வூட்டுக்கு எல்லாம்."

பார்கவி தலையாட்டினாள். மாமா அதே வாடகை காரில் ஏறி மீண்டும் தாயம்பாளையம் புறப்பட்டுப் போய்விட்டார். சித்தி பார்கவியை அருகில் அழைத்துத் தலைகோதிவிட்டாள். சித்திக்கு சந்தோஷத்தில் கண் கலங்கிற்று. திண்ணை எறவானத்துக் கூரையில் காகங்கள் கரைந்தன. பார்கவி எழுந்து சமையற்கட்டுக்குச் சென்று சமையல் வேலையை ஆரம்பித்துவிட்டாள். சித்தியைவிடப் பார்கவியின் சமையல் ருசியாக இருந்தது. இரு தினங்கள் போயின. அழுக்குப்பேழையில் துணி நிறைந்து கிடந்தது. பார்கவி நாகமடு ஓடைக்குத் துணி துவைக்கப் புறப்பட்டாள். சித்தி துணைக்கு என்னைப் போகச் சொன்னாள். அழுக்குத் துணிகளை நிரப்பிய ஈயவாளியை தலையில் வைத்துக்கொண்டு பார்கவி முன்னே நடந்தாள். வீதி தாண்டியதும் மண்தடம் ஆள் நடமாட்டமில்லாமல் கிடந்தது. நான் பார்கவியின் பின்னழகை ரசித்தபடியே பின் தொடர்ந்து நடந்தேன். என் மனம் முழுதும் ஆக்கிரமித்துக் கிடந்த ஓவிய ஆளுமை விழித்துக்கொண்டது. பார்கவி ஓவியமானாள்.

"பெண்தான் கலைப் படைப்புகளின் அற்புதம். பெண்மைதான் எல்லாவற்றிற்கும் ஆதாரசுருதி. பெண்களே பிரபஞ்சத்தின் வனப்பிற்கும் எழிலுக்கும் பிரதானம்..."

திடீரென நான் உளறினேன். பார்கவி திரும்பிப் பார்த்துக் கேட்டாள்.

"என்ன சொல்லறீங்க?"

நான் சுயநினைவுக்கு வந்தேன். நாகமடு ஓடையிலும் யாருமில்லை. எதிர்மீன்கள் நிறைய நீந்திப் போய்க் கொண்டேயிருந்தன. பார்கவி காய்ந்த பாறை பார்த்து

அமர்ந்து துணிகளைத் துவைக்கத் தொடங்கினாள். நான் எதிர் பாறையில் அமர்ந்து பார்கவியையே வைத்த கண் வாங்காமல் பார்த்தபடியிருந்தேன். பார்கவி துணி துவைக்கும் பெண் ஓவியமானாள். நாகமடு ஓடையே ஓவியமாயிற்று. கருமுகில்கள் கடக்கும் விரிந்த ஆகாயமே ஓவியமாயிற்று. கருவேலம் மரங்களில் வந்தமரும் வெண் கொக்குகள் ஓவியமாயின. ஓடைநீரில் நீந்தும் எதிர் மீன்கள் ஓவியமாயின. நேரம் செல்லச் செல்ல நானே ஓவியமானேன்.

முகத்தில் தண்ணீர் பட்டு நான் மீண்டும் சுயம் மீண்டேன். பார்கவி மேலும் தண்ணீரை அள்ளி முகத்தில் அடிக்க எத்தனித்துக் கொண்டிருந்தாள்.

"என்னாச்சு மச்சான் உங்களுக்கு? செலையாட்ட உக்காந்திருக்கீங்க... நாம எதிர்மீனு புடிக்கலாமா?"

"உனக்கு எதிர்மீனு புடிக்கத் தெரியுமா?"

"ஏ... உங்களுக்குத் தெரியாதா?"

"தெரியும்..."

"அப்ப புடிச்சுக் காட்டுங்க."

"மொதல்ல நீ புடிச்சுக் காட்டு."

"வெளையாடாதீங்க... உங்களுக்குப் புடிக்கத் தெரியாதுதானே?"

"ஆரு சொன்னது? நானு நல்லா புடிப்பேன்."

"ம்கூம்... உங்களுக்குப் படம் வரையறதத் தவிர ஒன்னுமே தெரியாதுன்னு எனக்குத் தெரியும்."

"பந்தயம் கட்டிக்கலாமா?"

"நாந் தயாரு..."

"செரி... பந்தயத்துல நா... செயிச்சா என்ன பரிசு?"

"நானு இனி எங்க ஊருக்குப் போகமாட்டேன்."

"புரியல..."

"மக்கு மண்டே, நானு உங்களையே கலியாணம் கட்டிக்கறேன்னு சொல்லறேன்."

நான் பார்கவியிடமிருந்து இவ்வார்த்தைகளை எதிர்பார்க்க வில்லை. பார்கவியையே உற்றுப் பார்த்தேன்.

"எங்க பரம்பரை பேச்சு மாறாத பரம்பரை... எந்திரீங்க."

நான் ஓடை நீரில் எதிர்மீன் பிடித்ததில்லை. தயங்கி நின்றேன். பார்கவி சிரித்தாள்.

"இத்தனை மீனு போகுது பாத்துக்கிட்டு நிக்கறீங்க. மளாருன்னு புடீங்க."

எனக்குள் எப்படியாவது எதிர்மீன் பிடித்துகாட்ட வேண்டும் என்கிற வெறி மூண்டது. சட்டெனச் சோற்றுக் கற்றாழைகளை விலக்கி மேலேறினேன். ஈரமண்கரையில் கிழக்கு முகமாக ஓடினேன். ஓடை நீரில் ஊர்க்காரர்கள் எவராவது எதிர்மீன் பிடிக்கிறார்களா என்று நோட்டமிட்டேன். எவரும் தட்டுப்படவில்லை. எதிர் மீன் பிடித்துகாட்டும் வழி என்னவென்று யோசித்த படியே நாகமடுவுக்குத் திரும்பி வந்தேன். பார்கவி வெள்ளைத் துண்டு ஒன்றில் துள்ளும் கெண்டை மீன்களுடன் நின்றிருந்தாள்.

"ஏய்... மாயமுட்ட நேரத்துல நீ எப்பிடி இத்தன மீன்களப் புடிச்சே?"

பார்கவி பதில் பேசாமல் சிரித்தாள். மதிய உணவுக்குக் கெண்டைமீன் குழம்பு அபார ருசியோடு

இருந்தது. சித்திக்குப் பூரிப்பு தாங்கவில்லை. கார்த்திக்கு மீன்கறியைப் பிதுக்கி சதையை ஊட்டியபடியே சொன்னாள்.

"ஏன்டி மருமகளே... நீ பேசாம எங்க வூட்டுலேயே இருந்துக்கவே. பீமனாட்ட ஒரு பையன்... அர்சுனனாட்ட ஒரு பையன்னு ஒன்னுக்கு ரெண்டா கெடக்கறானுகளே... கழுத்த நீட்டினீன்னா போதும்."

"ஏனுங்க அத்தே... நானு என்ன திரவுபதியா? உங்க பீமனுக்கும் அர்சுனனுக்கும் கழுத்த நீட்ட? பீமனுக்கு மீனையே திங்கத் தெரியல. அர்சுனனுக்கு என்னடான்னா மீனே புடிக்கத் தெரியல. இந்த ரெண்டு தெண்டத்தையுங் கட்டிக்கிட்டு நானு சீப்படனுமா? சொல்லுங்க அத்தே."

பார்கவி கேலிக்காகச் சொன்னாலும் கூட ஏனோ சித்தியின் முகம் இருண்டுவிட்டது. சட்டென வீடே நிசப்தமானது. அடுத்தடுத்த தினங்களிலும் மதிய நேரத்தில் பார்கவி மீன் குழம்பே வைத்திருந்தாள். நான் எதிர்மீன் பிடிப்பது எப்படியென்று கற்றுக்கொள்ள முடியாமல் தவித்துக்கொண்டிருந்தேன். அன்று இளமதியத்தில் அழுக்குத் துணிகளோடு வீட்டிலிருந்து பார்கவி புறப்பட்டாள். நான் பார்கவிக்குத் தெரியாமல் வேறு வழியில் ஓடினேன். நாகமடு ஓடையை அடைந்தேன். தினமும் பார்கவி துணி துவைக்கும் பாறை நன்றாகப் பார்வையில் படும்படி நாகமரங்களின் பின்னே ஒளிந்துக் கொண்டேன். சோற்றுக் கற்றாழைகளின் மீது நடந்து கொண்டிருந்த நீலவர்ண மார்புச் சம்பங்கோழிகள் வேறு மிரட்சியில் கொக்கரித்தன.

பார்கவி மெதுவாக நடந்து வந்து ஓடைநீருக்குள் இறங்கினாள். முதலில் பாறை மீது அழுக்குத் துணிகளைப் பரப்பித் துவைத்து முடித்தாள். நான் சிறு சரசரப்புக்கூட எழுப்பாமல் பொறுமையாகக் காத்திருந்தேன். உச்சிப்பொழுதில் ஓடைப்பக்கம் வேறு ஆட்கள் எவருமில்லை. நாகமடுவின் மத்தியில் நாலைந்து தண்ணீர்க் கோழிகள் பார்கவியைப் பொருட்படுத்தாமல் நீந்தியபடி மீன்களைக் கொத்தி விழுங்கிக்கொண்டிருந்தன. பார்கவி சுற்றும் முற்றும் பார்த்தாள். குனிந்து நீருக்குள் கையைவிட்டுப் பாறை இடுக்கில் சொருகி வைத்திருந்த கம்பை எடுத்தாள். கம்பு முயல் வேட்டையாடும் கட்டுத்தடியின் பருமன் இருந்தது. மெல்ல நடந்து ஓடைநீரின் மையத்துப் போனாள். எதிர்மீன்கள் நீந்திவரும் திசைக்கு நேரெதிராக நின்று நீரோட்டத்தையே உற்று நோக்கினாள். நான் பார்கவியையே பார்த்த படியிருந்தேன். பார்கவி திடீரெனக் கம்பை ஓங்கி நீர் மேல் அடித்தாள். தண்ணீர் விசிறித் தெறித்தது. சிலேப்பிக் கெண்டை மீன் ஒன்று அடிபட்டு நீரோட்டத்தோடு மிதந்துபோனது. பார்கவி ஓடி சிலேப்பிக் கெண்டையைத் தூக்கிப் பாறை மீது வீசினாள். சீக்கிரத்தில் அடுத்தடுத்துச் சிலேப்பிக் கெண்டை மீன்கள் பார்கவியிடம் சிக்கிக்கொண்டன. நான் நிசப்தமாகவே நின்று கவனித்துக்கொண்டிருந்தேன். பார்கவி துவைத்த துணிகளையும் பிடித்த எதிர் மீன்களையும் தூக்கிக்கொண்டு போனபின்பு நான் நாகமடை ஓடைக்குள் இறங்கினேன். அதே கம்பை எடுத்து எதிர்மீன் பிடிக்கத் துவங்கினேன். என் அதிர்ஷ்டம் விலாங்கு மீனே கிடைத்தது. விலாங்கு மீனோடு நான் வீட்டுக்குப் போனபோது பார்கவி ஆச்சரியப் பட்டாள். சித்தி படுத்திருந்த ஆசாரத்தை நோக்கி சப்தமிட்டாள்.

"அத்தே... உங்க அர்சுனனுக்கு மீன் புடிக்கத் தெரியுது... நானே கட்டிக்கறேன்."

சித்தி பதில் கூறாமல் மௌனமானாள். அருகில் பொரிகடலை தின்றுகொண்டிருந்த கார்த்தியையே பார்த்தபடியிருந்தாள். கண்களில் நீர் திரண்டு விழுந்தது. அன்று அந்திமங்கும் வேளையில் சித்தி என்னிடம் சொன்னாள்.

"அவ வெளையாட்டுக்கு சொன்னத நீ வெனையா எடுத்துக்காதே... அவுங்க அப்பக்காரன் அப்பன் ஆத்தா இல்லாத உனக்கெல்லாம் பொண்ணுத் தறமாட்டான்... நீ போயி படிக்கற வேலயப் பாரு... அதுதான் நம்ம குடும்பத்துக்கு நல்லது."

சித்தி என்ன அர்த்தத்தில் அப்படிச் சொன்னாள் என்று தெரியவில்லை. சித்தியின் சொற்களால் நான் காயப்படவில்லை. எதார்த்தம் புதைந்துள்ளதை புரிந்துகொண்டேன். மறுதினமே கிளம்பி கும்பகோணம் வந்துவிட்டேன். ஓவியக் கல்லூரி வகுப்பில் என் கவனம் லயிக்கவில்லை. பார்கவியே மனம் முழுக்க வியாபித்துக் கிடந்தாள். கும்பகோணத்து வீதிகளில் சுயபிரக்ஞையின்றி மழையில் நனைந்துகொண்டு அலைந்து திரிந்தேன். அறையில் அடைந்து கிடந்தேன். திடீரென வெறிமூண்டு நீர் வண்ண ஓவியங்களாகப் பார்கவியை வரைந்து தள்ளினேன். கிட்டத்தட்ட நாற்பது ஓவியங்கள். என் மனம் சலிக்கவேயில்லை. தூரிகைக்குத் தொய்வில்லை. வரைந்து கொண்டே யிருந்தேன். என் வாழ்வின் முக்கிய அங்கம் பார்கவி எனத் தெரிந்துவிட்டது. பார்கவியைப் பார்க்காமல் இருக்க முடியவில்லை. வரைந்த ஓவியங்களை எடுத்துக்கொண்டு ஊர் வந்துசேர்ந்தேன். மீண்டும்

ஒருவாரம் கல்லூரி விடுமுறை விட்டுவிட்டதாகப் பொய் சொன்னேன். சித்தி மட்டும் சந்தேகப்பட்டாள். எச்சரிக்கையடைந்து விழித்துக் கொண்டாள். பார்கவியைப் பார்வையில் படும்படி வைத்துக் கொண்டாள்.

நான் வரைந்து எடுத்துவந்திருந்த ஓவியங்களைப் பார்கவிக்குக் கொடுக்கும் சந்தர்ப்பத்திற்காகக் காத்திருந்தேன். மூன்று தினங்கள் கனமழையோடு கடந்தன. வீட்டுக்கூரை நீர் சொட்டி சொட்டி வாசல் மண்ணில் குழிகள் உண்டாகிவிட்டன. வீதியில் பெருக்கு எடுத்து ஓடும் செம்மழைநீரைப் பார்த்தபடியே வெளித் திண்ணையில் உட்கார்ந்திருந்தேன். எனக்குப் பார்கவியோடு தனியாகப் பேசும் தருணமே வாய்க்க இல்லை. பின்மதியம் கடந்தது. வாசலில் வாடகை கார் வந்து திரும்பி நின்றது. மாமா இறங்கி உள்ளே வந்தார். சீக்கிரத்தில் சித்தியும் சித்தப்பாவும் கூடப் புறப்பட்டுப் போனார்கள். முன்னிரவு தாண்டியும் மழை பெய்துக்கொண்டேயிருந்தது. மின்சாரம் போய்விட்டது. பார்கவி அகலை ஏற்றியிருந்தாள். இரவு சாப்பாடு முடிந்ததும் கார்த்தி ஆசாரத்துத் திண்ணையில் படுத்து உறங்க ஆரம்பித்துவிட்டான். பார்கவி உள்ளறைக்குப் போய் விட்டாள். எனக்கு இருப்புக்கொள்ளவில்லை. ஓவியச் சுருளைத் தூக்கிக்கொண்டு உள்ளறை நடைக்கு வெளியே போய் நின்றேன். உள்ளறையிலும் அகல் எரிந்துகொண்டிருந்தது. பார்கவியோடு கட்டிலின் நிழல் சுவரில் படிந்திருந்தது. எனக்கு உள்ளே செல்ல தயக்கமாக இருந்தது. பார்கவியைப் பார்த்தேன். பார்கவியும் என்னையே பார்த்தாள். மெல்லிய மழைத் தூறலின் ஒலியோடு

கார்த்தியின் குறட்டை ஒலி கேட்டது. தொட்டிக்கட்டு ஆசாரத்துக் கூரைநீர் சொட்டிடும் ஒலி தவிர வீடெங்கும் பெருநிசப்தம். நடை தாண்டி உள்ளே போனேன். தரையில் அமர்ந்து ஓவியச் சுருளை ஒவ்வொன்றாகப் பிரித்துப் பரப்பினேன். தன்னையே ஓவியமாய்க் கண்ட பார்கவியின் கண்கள் விரிந்தன.

"நானா இதெல்லாம்? நானு இவ்வளவு அழகாகவா இருக்கேன்?"

பார்கவி எழுந்து தரையில் வந்து அமர்ந்தாள். கண்கள் ஓவியங்களின் மேல் லயித்திருந்தன. தோள் என் தோளோடு உரசிற்று. ராமபானப்பூ சூடிய கூந்தலின் வாசனை. எனக்கு உள்ளுக்குள் நடுங்கிற்று. என்னால் நேரத்தைக் கடத்த முடியவில்லை. சட்டெனப் பார்கவியை இழுத்து அணைத்தேன். முகத்தை நிமிர்த்திக் கண்களைப் பார்த்தேன். பார்கவிக்கு அச்சத்தில் வார்த்தைகள் எழவில்லை. உதடுகள் துடித்தன. எனக்கும் பேசத் தெரியவில்லை.

"நாம கலியாணம் செஞ்சுக்குவோம்."

நான் நகர்ந்து கதவை சாத்தி உள்தாழ் போட்டேன். பார்கவியை மீண்டும் இழுத்தணைத்தேன்.

"நீங்க தைரியமா எங்க அப்பாகிட்ட பொண்ணு கேக்கணும்."

"ம்ம்ம்..."

பார்கவி மறுபடியும் மௌனமானாள். என்னுள் ராமபானப்பூவின் வாசனை நிறைந்தது. ஆள் புழங்காத அண்மை வீட்டில் சிறகுகளை உதறும் புறாக்கள் நிச்சலனத்தைக் கலைத்து என்னை இயல்புக்குக்

கொண்டுவந்தன. நான் கட்டிலிலிருந்து எழும்போது அகலின் திரி கருகி ஒளி மங்கியிருந்தது. தரையில் இறைந்து கிடந்த ஓவியங்களைப் பழையபடி சுருட்டி எடுத்தேன். பார்கவி சட்டென எழுந்து ஓவியச்சுருளைப் பிடிங்கிக்கொண்டாள். தாழ்விலக்கி ஆசாரத்துக்கு வந்தேன். கார்த்திக் குறட்டையிடாமல் ஆழ்ந்த உறக்கத்தில் பாயைவிட்டு வெளியே உருண்டு கிடந்தான். நான் சித்தப்பா படுத்துறங்கும் கயிற்றுக் கட்டிலில் போய்ப் படுத்துக்கொண்டேன். இரண்டு தினங்கள் கழித்து இன்னொரு சந்தர்ப்பத்திலும் நான் பார்கவியோடு இருந்தேன். என்னுள் ராமபானப்பூவின் வாசனை நிறைந்தது. சித்தி மேலும் சந்தேகப்படுவதற்குள் கும்பகோணம் கிளம்பி வந்துவிட்டேன். பார்கவியின் நினைவுகளிலிருந்து நான் வெளிவர முடியவில்லை.

■

08

பொங்கல் விடுமுறையில் ஊருக்குப் போகவேண்டும் என்று திட்டமிட்டிருந்தேன். பார்கவியைப் பார்ப்பது தான் பிரதானக் குறிக்கோளாக இருந்தது. தைரியமாகத் தாயம்பாளையம் போய் மாமாவிடம் பார்கவியைப் பெண் கேட்பது என்றும் தீர்மானித்தும் இருந்தேன். ஆனால் காலத்தின் மாய விளையாட்டு வேறுவிதமாகத் தீர்மானித்தது. எங்கள் பேராசிரியர் நான் உட்பட ஐந்து மாணவர்களை மெட்ராஸில் ஓவியக்கண்காட்சி வைக்கத் தேர்ந்தெடுத்து இருந்தார். பிப்ரவரியின் இரண்டாம் வாரத்தில் மெட்ராஸ் லலித் அகாடமியில் ஓவியக் கண்காட்சிக்கு ஏற்பாடும் செய்து விட்டார். என்னிடம் ஓர் ஓவியம்கூடக் கைவசமில்லை. பேராசிரியரின் ஒப்புதல் இல்லாமல் எந்த ஓர் ஓவியத்தையும் கண்காட்சிக்குக் கொண்டுபோக முடியாது.

ஆனால் இது என் வாழ்வில் ஓர் அரிய சந்தர்ப்பம் என்பது மட்டும் தெரிந்தது. எதை வரைவது என்கிற குழப்பம் நீடித்தது. இலக்கில்லாமல் மிதி வண்டியில் கும்பகோணம் வீதிகளில் சுற்றித் திரிந்தேன். தீட்டும் ஓவியங்கள் பிடிபடவில்லை. நான் ஓவியம் வரைய தூரிகையைக் கையில் பிடிக்கும்போதெல்லாம் பார்கவியே மனசு பூராவும் ஆக்கிரமித்துக் கிடந்தாள். ராமபானப்பூ வாசனை வீசிற்று. அதேநேரம் மற்ற மாணவர்கள் தீட்டிய ஓவியங்களைப் பேராசிரியரிடம் காட்டி ஒப்புதல் வாங்கத் துவங்கிவிட்டனர். ஒரு பின்மதியத்தில் பேராசிரியர் என் அறையைத் தேடி வந்துவிட்டார். அவர் மாடிப்படியேறி வரும் காலடி ஓசையைக் கேட்டபோதே எனக்கு உள்ளுக்குள் நடுங்கிற்று. அவர் வந்ததும் நான் இதுவரை எதையும் வரையவில்லை என்பதனைக் கண்டுக்கொண்டார். நான் அவர் முன்பு நிற்கப் பயந்தேன். மரநாற்காலியை இழுத்துப் போட்டு சாவதானமாகக் உட்கார்ந்தார். கருந்தாடியை நீவி விட்டுக் கொண்டார்.

“இன்னும் உனக்குக் காலமிருக்கு வேணு... லேண்ட்ஸ்கேப்ங்கற மாயையில நீ சிக்கிக்கொள்ளாதே... மரம் மேகம் வானம் நிலா சூரியன்னு வரையாதே... உன்னுடைய ஓவியங்கள்ல ஹியூமன் எலிமெண்ட் இருக்கிற மாதிரி பாத்துக்கோ. ஒரு வீட்டுத் திண்ணைய வரைஞ்சீன்னாக்கூட அந்தத் திண்ணையில ஒரு ஆள் உட்காந்திருக்கனும். இந்தச் சமூகத்துல நீ அரிதாப் பாத்துக் களிக்கற காட்சிப் படிமங்கள்தான் நீ தூரிகையக் கையில எடுக்கும்போது உன் கண்ணு முன்னால நிற்கணும். நல்ல ஓவியன் நீ... உனக்குப் புரியுமுன்னு நெனைக்கறேன்.”

நான் தலையசைத்தேன். பின்கட்டுத் தொழுவத்தில் சினைப்பசு கத்திற்று. பேராசிரியர் மரநாற்காலியிலிருந்து எழுந்துவிட்டார்.

"கேன்வாஸ் பெயின்டிங், வாட்டர் கலர், பேச்டல் அக்ரலிக் இதுல ஏதாவது ஒன்ன நீ தேர்ந்தெடுத்துக்க."

அதற்கும் நான் சரியென்று தலையசைத்தேன். பேராசிரியர் மாடிப் படிகளில் இறங்க ஆரம்பித்துவிட்டார். மாடிப் படிக்கட்டுகளில் வேம்பின் நிழலோடு பழுப்பு உதிரிலைகள் படிந்து கிடந்தன. பேராசிரியர் வெளிமதில் கடந்துநின்று திரும்பவும் சொன்னார்.

"இன்னும் நாலு நாள்ல நீ ஓவியத்தோட வரணும்."

நான் நீர்வண்ணத்தைத் தேர்ந்தெடுத்தேன். வரைய வரைய நீர்வண்ணத்தின் வசீகரத்தால் இழுக்கப்பட்டேன். நாகமடு ஓடையில் எதிர்மீன் பிடிக்கும் சிறுவர்கள், வீதியில் பம்பரம் விடும் கார்த்தி, அமுதகலயத்துடன் அமராவதியைக் கடக்கும் சித்தப்பா என வரைந்து முடித்தேன். இன்னும் ஒரே ஓர் ஓவியம் தேவை. ஏனோ சித்தியின் முகத்தை எனக்கு வரையப் பிடிக்கவில்லை. வாடகை காரில் வந்திறங்கும் தாயம்பாளையத்து மாமாவின் முகத்தையும்தான். நடுச்சாமம் தாண்டியும் நான் யாரை வரைவது என யோசித்துக்கொண்டே இருந்தேன். பின்கட்டுத் தொழுவத்தில் சினைப்பசு கன்றீனும் திணறல் குரல் கேட்டது. எனக்குப் பார்கவி தவிர எவர் முகமும் ஞாபகத்தில் இல்லை. நான் பார்கவியை நீர்வண்ணத்தில் தீட்ட முடிவுசெய்து தூரிகை பிடித்தேன். ராமபானப்பூ சூடிய பார்கவி வெளிநடை வாசற்படியில் அமர்ந்து எனக்காகக் காத்திருக்கிறாள். பார்கவியின் என்னைத் தேடும் கண்களை வரைந்து முடிக்கும்போது ஏனோ

என்னையறியாமல் என் கண்களில் நீர் திரண்டு கன்னங்களில் வழிந்தது. மினுமினுப்பை இழந்த இறக்கைகளோடு பறந்த தசரதப் பட்டாம்பூச்சி அறைக்குள் வந்து என் கவனத்தை இயல்புக்கு மீட்டியது. இளமதியத்தில் நான் வரைந்த நான்கு ஓவியங்களையும் எடுத்துக்கொண்டு பேராசிரியரிடம் காட்ட புறப்பட்டேன். மாடிப் படிக்கட்டில் இறங்கும் போது கீழ்வீட்டில் சீம்புப்பால் காய்ச்சும் நெடி அடித்தது. ஓவியக் கல்லூரி வளாகத்தில் கொண்டுபோய் மிதிவண்டியை நிறுத்தும் கணம்தான் ஞாயிற்றுக்கிழமை என்பது ஞாபகம் வந்தது. விடுமுறை தினத்தில் கல்லூரி வெறிச்சோடிக் கிடந்தது. ஓவியங்களோடு சுவாமிமலைச் சாலைக்கு வந்து மிதிவண்டியை மிதித்தேன்.

பேராசிரியரின் வீடு மேலக்கொட்டையூரில் இருந்தது. பவழமல்லி பூத்த வாசல். திண்ணையிலேயே உட்காரவைத்து பேராசிரியர் என் ஓவியங்களை ஒவ்வொன்றாக வாங்கி நிதானமாகப் பார்த்தார். பார்கவி இடம்பெற்ற ஓவியத்தைத் திரும்பத் திரும்ப உற்றுக் கவனித்தார்.

"நீ நீர்வண்ண ஓவியத்துல அதிகபட்சம் என்னவெல்லாம் சாத்தியமோ அதை இந்த ஓவியத்துல செஞ்சிருக்கே... இதை வரைய யாராச்சும் மாடலா இருந்தாங்களா?"

என்னால் பார்கவி குறித்துச் சொல்ல முடிய வில்லை. மெட்ராஸ் லலித் கலா அகாதமி ஓவியக் கண்காட்சியிலும் அந்த ஓவியமே தனித்த கவனம் பெற்றது. சிறப்பு விருந்தினராக வந்திருந்த பிரபல ஓவியரும் திரைப்படக் கலை இயக்குநருமான ராமகிருஷ்ணராஜ் அந்த ஓவியத்தையே தனக்குப் பிடித்த ஓவியமாகக் குறிப்பிட்டுப் பேசினார்.

"நீங்கள் பார்த்துச் சலித்த ஒரு காட்சியை... சலிப்பில்லாமல் மீண்டும் பார்க்கவைக்கிற வித்தையை வேணு தன் ஓவியத்தில் செய்கிறார். குறிப்பாக அந்தப் பெண் ஓவியம் நீர்வண்ணத்தில் தனித்துவமான ஒரு பாணியைக் கண்டெடுத்த ஓவியம்."

ராமகிருஷ்ணராஜ் கார் ஏறும்போது என்னைத் தனியே அழைத்துச் சொன்னார்.

"ஓவியம் வரைஞ்செல்லாம் பெரிசா சம்பாதிக்க முடியாது. உன்னை மாதிரி திறமைசாலி சினிமாவுக்கு வரணும். சினிமா உனக்கு எல்லாம் கொடுக்கும். எனக்கு ஒரு கன்னட படம் போகுது. நீ அதுல வந்து வேலை பாரு."

நான் பேராசிரியரிடம் சம்மதம் பெற்றேன். பெங்களூர் போய் விட்டு வந்து நேரடியாக ஏப்ரல் மாதம் தேர்வு எழுதச் சொல்லி விட்டார். ஸ்ரீரங்கப் பட்டினத்திற்கு அருகாமையில் காவேரிக்கரை தாண்டி போனால் வரும் ஓர் சிற்றூரில்தான் படப்பிடிப்பு. அச்சப்பண்ணா கொப்பலு. அந்த ஊரின் பெயரை உச்சரிக்கவே எனக்கு இரு தினங்களாயின. பழமையான அந்தக் கிராமத்தில் வசிப்பவர்கள்கூட மிகக் குறைவு. வீதியெங்கும் முதியவர்கள் வெளித் திண்ணையில் உட்கார்ந்து மௌனித்திருக்கும் வெறுமை. ஊரைச் சுற்றிலும் காவேரியின் கிளையாறு ஒன்று பாயும் பசுமையான நெல் வயல்கள். ஊரின் மேலே எப்போதும் ராமன் திட்டுச் சரணாலயத்திற்கு வலசை வரும் பறவைகள் பறந்துசெல்லும் காட்சி. அந்த ஊர் எனக்கு நிரம்பவும் பிடித்திருந்தது. ஆனால் ரசிக்கும்படி வேலை அமையவில்லை. அதிகாலையில் நான்கு மணிக்கு எழுந்தால் முதல்சாமம் கடந்தும் படப்பிடிப்புத்

தளங்களைக் கதைக்களமாக உருவாக்கும் வேலை நடந்தது. கன்னட உச்சபட்ச நட்சத்திர நடிகை ஒருவர் தேசிய விருது வாங்க வேண்டும் என்பதற்காகவே இந்தப் படத்தில் கதாநாயகியாக நடிக்க ஒப்பந்தமாகி இருந்தார்.

எங்கள் இயக்குநரோ ஏற்கனவே தேசிய விருது வாங்கிய இரண்டு கன்னட படங்களைத் தயாரித்து இயக்கிய இயக்குநர். முன்வழுக்கையோடு கூடிய பரந்த நெற்றி. பாதி நரையோடிய தாடிக்குள் தீர்க்கமாக நோக்கும் கண்கள். பேச்சு எதிலும் அறிவுச் சீவித்தனம். முதலில் நான் அவர் முன்னே நிற்கவே பயப்பட்டேன். முதல் நாள் படப்பிடிப்பு அச்சப்பண்ணா கொப்பலுவின் மையத்திலுள்ள ஸ்ரீ மாரம்மா கோயிலில்தான் நடக்க இருந்தது. (அது ஒரு பீரியாடிக்கல் படம். கோவில் பூசாரியின் பெண்ணொருத்தி கொடுங்கோலாட்சி புரியும் பிரிட்டீஷ் கலெக்டர் ஒருத்தரை இசையால் மயக்கி மனசை மாற்றி மக்களைக் காப்பாற்றும் கதை. ஆயிரத்து எண்நூற்றின் மத்தியில் நடக்கும் கதைக்களம்.) எங்கள் கலை இயக்குநர் எங்களோடு சேர்ந்து மாரம்மா கோவில் வளாகத்தையே பிரிட்டீஷ் காலத்திற்கு மாற்றியிருந்தார். கதைப் பின்புலம் தத்ரூபமாக மாறியது கண்டு இயக்குநரும் ஒளிப்பதிவாளரும் பூரித்துப் போயினர். ஒளிப்பதிவாளர் தேசிய விருது பெற்ற வங்காள திரைப்படங்களில் பணியாற்றியவர். மாரம்மா கோவில் அருகில் ஒரு வீட்டில்தான் கதாநாயகிக்கு ஒப்பனை நடந்துகொண்டிருந்தது. திடீரெனப் படப் பிடிப்புத் தளத்தில் பெரிய சலசலப்பு. இயக்குநருக்கும் ஒளிப்பதிவாளருக்கும் ஏதோ கருத்து மோதல். எனக்குப் படப்பிடிப்பு தொடருமா என்றுகூடச் சந்தேகம் ஏற்பட்டு விட்டது.

அந்தச் சமயத்தில் ராமகிருஷ்ணராஜ் போய் இருவருக்குமிடையே ஏதோ பேசினார். இருவரும் அமைதியாயினர். ராமகிருஷ்ணராஜ் என்னை அழைத்தார்.

"வேணு... நீ அன்னிக்கு காலரியில ஒரு பெண் ஓவியம் வரைஞ்சிருந்தியே, நான்கூடப் பாராட்டினேனே... அதேபோல ஒண்ணு ஒடனே வரைய ஆரம்பி."

"சார்... நானு அந்த ஓவியத்தையே எடுத்துக்கிட்டு வந்துருக்கேன்."

"அப்ப அதைப் போயி ஒடனே கொண்டு வா."

நான் தங்கியிருந்த வீட்டை நோக்கி ஓடினேன். சிறிய அளவில் பிரின்ட் போட்டுக் கொண்டுவந்திருந்த ஓவியத்தில் என் பார்கவி. என்னை ஏக்கத்தோடு எதிர் பார்த்துக் காத்திருக்கும் கண்கள். இயக்குநரும் ஒளிப்பதிவாளரும் பார்கவியின் ஓவியத்தைப் பார்த்ததும் ஒருசேரப் புன்னகைத்தனர். இயக்குநர் பார்கவியின் ஓவியத்தை எடுத்துக்கொண்டு கதாநாயகி ஒப்பனை செய்துக் கொண்டிருந்த வீட்டுக்குள் சென்றார். ஒளிப்பதிவாளர் கோவிலுக்கு வந்து ஒளியமைப்புகளைச் சரிப்படுத்த துவங்கினார். படப் பிடிப்புத் தளத்தில் எல்லோருக்கும் பிரச்னை முடிந்த நிம்மதி. சற்றுநேரம் கடந்தது. கதாநாயகி கோவிலுக்கு வந்தாள். குடை விலக்கப்பட்டது. பார்கவி நின்றிருந்தாள். இயக்குநர் கட்டளையிட்டார். பார்கவி மெல்ல நடந்து கோவில் நடையில் போய் அமர்ந்தாள். வீதியை நோக்கினாள். அதே ஏக்கத்தோடு என்னை எதிர்பார்க்கும் கண்கள். எனக்கு உடல் சிலிர்த்தது. மூச்சு முட்டிற்று.

"என் பார்கவி... என் பார்கவி..."

உள்ளுக்குள் என்னையறியாமல் உளறினேன். ராமகிருஷ்ணராஜ் நான் இயல்பில்லை என்பதைக் கண்டுணர்ந்துகொண்டார். என்னைச் சற்றுத்தள்ளி அழைத்துப்போனார்.

“உனக்கு ஏதோ டவுட் இருக்கு... நீ வரைஞ்ச ஓவியம்போல ஹீரோயின் இல்லையின்னு பீல் பண்றேன்னு நெனைக்கறேன்”

நான் அவருக்கு எவ்வித பதிலும் கூறமுடியாத நிலையில் நின்றிருந்தேன்.

“கோவில் பூசாரி பொண்ணு... கோவில் நடை மீது உட்கார்ந்து பிரிட்டீஷ் கலெக்டரே ஏக்கத்தோடு எதிர்ப்பார்த்துக் காத்திருக்கும் காட்சிதான் ஷூட் பண்ண போறாங்க. நம்ம கதையில பூசாரி பொண்ணுக்கும் பிரிட்டீஷ் கலெக்டருக்கும் ஒருவித லவ் இருக்கும். இந்த ஹீரோயினை இந்தளவுக்குதான் மாத்தமுடியும்... நீ கண்டுக்காதே.”

அவர் எனக்குத் தெளிவுபடுத்துவதாக நினைத்து ஏதேதோ பேசியபடியே இருந்தார். அவர் என்னை நிரம்ப மதிக்கிறார் என்பதும் தெரிந்தது. என்னால் பார்கவியின் ஞாபகத்திலிருந்து விடு படவே முடிய வில்லை. உடல் படப்பிடிப்புத் தளத்தில் இருந்தாலும் மனம் முழுவதும் பார்கவியைச் சுற்றியே இருந்தது. ஊரிலிருந்து நெடுந்தூரம் வந்திருந்தாலும் ராமபானப்பூவின் வாசனை நிறைந்து கிடந்தது. பிரிட்டீஷ் கலெக்டராக நடிக்க லண்டனிலிருந்து ஒரு தியேட்டர் ஆர்டிஸ்ட்டை ஒப்பந்தம் செய்திருந்தார்கள். அந்த நடிகர் வர தாமதமாயிற்று. மழை வேறு அடிக்கடி பெய்தது. வெயில் சரியாக இல்லை. இடையில் கதாநாயகி பெங்களூர் போய் வணிகரீதியான படம்

ஒன்றில் நடித்துவிட்டு வந்தார். படப்பிடிப்பு திட்டமிட்டபடி நடக்கவில்லை. நீண்டு போய்க் கொண்டேயிருந்தது. ராமகிருஷ்ணராஜ் அனில்கபூரும் ராணி முகர்ஜியும் நடிக்கும் இந்தி படத்திற்குப் போய் விட்டார். அவருக்கு அதில்தான் நிறையப் பணம். இந்தப் படத்தில் வேலை செய்வது வெறும் ஆத்ம திருப்தி. ஆத்ம திருப்தியை என்னிடம் விட்டுவிட்டுப் போய்விட்டார். தொலைபேசிகூட இல்லாத ஊரில் மாதக்கணக்கில் மாட்டிக் கொண்டேன். பார்கவி எப்படி இருக்கிறாள் என்பதுகூட எனக்குத் தெரிய வில்லை. அச்சப்பண்ணா கொப்பலுவில் ஒரு சிறிய தபால் பெட்டி இருந்தது. அது ஒன்றுதான் ஆறுதல். அந்த ஊர் மளிகைக் கடையில் போஸ்ட் கார்டு மட்டுமே கிடைத்தது. பார்கவிக்கு இரு தினங்களுக்கு ஒருமுறை கடிதம் எழுதிப் போட்டுக் கொண்டே இருந்தேன். ஏனோ அவளிடமிருந்து ஒரு பதில் கடிதமும் வரவில்லை. பார்கவிக்கு என்னாயிற்று என்று சில நேரங்களில் பயமாயிருந்தது. கண்ணீர்கூடத் துளிர்த்தது. தனிமையில் அழுத தினங்கள்கூட நிறைய உண்டு. ஒருவழியாகக் கதாநாயகி மே மாதம் அமெரிக்கா செல்ல இருந்ததால் படப்பிடிப்பு ஒருமாதம் ஒத்தி வைக்கப்பட்டது. ராமகிருஷ்ணராஜ் என் வேலையை மனதாரப் பாராட்டினார். ஆனால் சம்பளம் எதுவுமே தரவில்லை.

"எனக்கே எதுவும் தரலை வேணு... இந்த மாதிரி படங்கள் எல்லாம் இப்பிடித்தான். அவங்களைச் சொல்லியும் குத்தமில்லை. அவங்ககிட்டேயும் பணம் இருக்காது."

நான் கிளம்பும்போது பார்கவியின் ஓவியத்தை எடுக்கக் கதாநாயகி ஒப்பனை நடந்த வீட்டுக்குள்

போனேன். பார்கவியின் ஓவியம் குப்பைகளோடு கேட்பாரற்றுக் கிடந்தது. காலில் மிதிபட்டதற்கான பூட்ஸ் அடையாளங்கள் பதிந்திருந்தன. ஓவியத்தை எடுத்துத் துடைத்தேன். பார்கவியின் கண்கள் எனக்காகக் காத்திருப்பதைக் காட்டின.

நான் நேராகக் கும்பகோணம் வந்துசேர்ந்தேன். பின்கட்டுத் தொழுவத்தில் பசுவுக்கு வைக்கோல் பிரி உதறிப் போட்டுக்கொண்டிருந்த வீட்டுக்காரர் சப்தம் இட்டார்.

“வேணு... உனக்கு நெறைய லெட்டர் வந்துண்டே இருந்துச்சு. கீழே மாமிகிட்ட குடுத்திருக்கேன் வாங்கிக் கோப்பா.”

நான் மாடிப்படியிறங்கி ஓடி கடிதங்களை வாங்கிவந்தேன். பார்கவி இன்லேண்ட் கவரில் எழுதிய ஐம்பதுக்கு மேற்பட்ட கடிதங்கள். தேதி வாரியாக அடுக்கினேன். ஒவ்வொன்றாகப் பிரித்துப் படித்தேன். ஆரம்பக் கடிதங்களில் நலம் விசாரித்துக் கொண்டும் என் உடல்நிலையைப் பார்த்துக்கொள்ளும்படியுமே எழுதியிருந்தாள். இருபத்தி மூன்றாவது கடிதம் என்னை நிலை குலையச் செய்தது. பார்கவி முழுகாமல் இருப்பதாக எழுதியிருந்தாள். மீதி கடிதங்களை நான் ரயில் பயணத்தில் படித்தேன். பார்கவி இக்கட்டான நிலைமையில் இருக்கிறாள் என்பது மட்டும் புரிந்தது. வேண்டாத தெய்வமில்லை. என் பார்கவியை எனக்குத் திருப்பிக் கொடு. உள்ளுக்குள் புலம்பினேன். திருப்பூரில் ரயிலிலிருந்து இறங்கி பேருந்து மாறினேன். தாயம்பாளையம் போனபோது ஊரெங்கும் அந்தி மஞ்சள் வெயில் பரவி கிடந்தது. பார்கவியின் வீடு தெற்கு வளவில் இருந்தது. நாட்டோடு வேய்ந்த

நெட்டுக்கட்டு வீடு. நடைக்கதவுகள் உள்ளே உள்ளே போய்க்கொண்டேயிருந்தன. புழு சுமந்த புள்ளக்குளவி எதிரே பறந்துவந்தது. ஆள் இருப்பதற்கான சுவடே இல்லை. புழக்கடை நடைவரை ஆள் ஆருமில்லை. புழு சுமந்த புள்ளக்குளவி தலைக்குப் பின்னே ரீங்கரித்தது. விரட்ட திரும்பினேன். கிழவி ஒருத்தி வெளிக்கதவு நடையிலிருந்து உள்ளே நுழைந்து வந்து கொண்டிருந்தாள். என்னை அடையாளம் தெரியாமல் பார்த்தாள். நான் பார்கவியைத் தேடிவந்த விசயத்தைச் சொன்னேன்.

"அந்தப் பொண்ணுக்குக் கலியாணம் நிச்சயமாயிருக்குப்பா."

"மாப்பிள்ளை...?"

"அவுங்க அத்தெ பய்யந்தானாம்."

"என்ன சொல்லறீங்க... அத்தை பய்யனா?"

"ஆமாப்பா... அந்தப் பய்யனுக்குகூடக் கொஞ்சம் புத்தி சுவாதீனமில்லையின்னு பேசிக்கறாங்க."

எனக்குப் பிதிர்கெட்டதுபோல் ஆகிவிட்டது.

"நல்ல சினிமா நடிகையாட்ட ரதி மாதிரி புள்ள... ஏ இப்பிடி கொண்டுபோயி கட்டிவெக்கறாங்கன்னு தெரியல..."

கிழவி என்னைத் தாண்டி உள்ளே போனாள். நான் மஞ்சள் வெயிலில் நடந்து ஊரைக் கடந்தேன். ஏதோ இனம்புரியாத அபாயத்தின் அச்சம் என்னுள் படர்ந்தது. முன்னிரவு இருளில் ஊருக்குள் நுழைந்த போது நாய்கள் வெறுப்புடன் குரைத்தன. ஆசாரத்துத் திண்ணையில் கார்த்தி வாயில் எச்சில் ஒழுக தூங்கிக் கொண்டிருந்தான். சித்தப்பாவைக் காணவில்லை. சித்தி

தொட்டிக்கட்டு வாசலில் கயிற்றுக் கட்டில் மேல் வெள்ளைவேட்டி விரித்து வடகம் போட்டுக் கொண்டிருந்தாள். என்னைக் கண்டதும் திடுக்கிட்டாள். நான் என்ன கேட்கப் போகிறேன் என்பதையும் கணித்திருந்தாள். சாதுர்யமாகப் பேச்சை துவங்கினாள்.

"நம்ம கார்த்திக்குக் கலியாணம் நிச்சயமாயிருக்கு வேணு."

நான் அமைதி காத்தேன்.

"பார்கவியவே கட்டி வெக்கற சூழ்நிலை ஆகிப்போச்சு."

அதற்கும் நான் அமைதி காத்தேன்.

"அவ முழுகாம இருக்கற விசயத்த மறச்சுட்டா... கலைக்கவும் முடியல... அப்புறந்தான் இந்த ஏற்பாடு."

எனக்கு அழுகை முட்டியது. ஆசாரத்துத் திண்ணைத் தூணில் சாய்ந்து உட்கார்ந்தேன். சித்தி வடகமாவு கையுடன் தொட்டிக்கட்டு வாசலில் நின்று என்னைப் பார்த்தபடியே இருந்தாள். நீண்ட மௌனம் கடந்தது. நான் கண்களை மூடினேன். என் நீர்வண்ண ஓவியம்போலப் பார்கவி என்னை எதிர்பார்த்து வெளிநடை மீது ஏக்கத்தோடு அமர்ந்திருக்கும் காட்சி தோன்றியது. பார்கவியின் கண்களில் நான் வருவேன் என்கிற நம்பிக்கை இன்னும் இருந்தது. நான் விழித்து எழுந்தேன். சித்தி முன்னே வந்துநின்றாள். நான் விலகிப்போக முயன்றேன். சித்தி சட்டென என் காலடியில் விழுந்து கால்களைக் கெட்டியாகப் பிடித்துக் கொண்டாள். என்னால் சித்தியின் பிடியிலிருந்து என் கால்களை விடுவிக்க முடியவில்லை. உதறியெறியவும் மனசில்லை. தேம்பி தேம்பி அழுதுக்கொண்டே சித்தி பேசினாள்.

"வேணு... என்னை மன்னிச்சிருப்பா. எல்லாம் நம்ம கார்த்திக்காகத்தான் இப்பிடிச் செஞ்சேன்."

நான் புரியாமல் சித்தியைப் பார்த்தேன்.

"ஆமா வேணு... உனக்கு எத்தனையோ பொண்ணு கெடைப்பாங்க. ஆனா நம்ம கார்த்திக்கு எவ கெடைப்பா? நீ சொல்லு. எங்களுக்குப் பின்னால கார்த்திய ஆரு பாத்துக்குவா? பார்கவியின்னா ஒரு தாயாட்டப் பாத்துக்குவான்னு பட்டுச்சு. அதுதான் பெத்த மனசு இப்பிடி செய்ய வெச்சிருச்சு."

நான் பார்கவியைப் பார்க்கப் போகவில்லை. பார்கவியைப் பொருத்தமட்டும் நான் ஏமாற்றிவிட்டுப் போனவனாகவே நினைக்கட்டும் என இருந்துவிட்டேன். அன்றிரவு சித்தப்பா வீட்டுக்கு வருமுன் கடைசிப் பேருந்தில் ஏறிப் புறப்பட்டுவிட்டேன். இந்தி திரைப்படங்களில் ராமகிருஷ்ணராஜின் கலை இயக்கத்தில் உதவியாளனாக வேலை பார்த்துக்கொண்டு வருடங்களைக் கடத்தினேன். மகத்துவமான ஓவியங்கள் எதையும் வரையவுமில்லை. எனக்குப் பழக்கம் ஏற்பட்ட பெண்களிடமெல்லாம் நான் பார்கவியையே தேடினேன். பார்கவி கிடைக்கவேயில்லை. என்னைப் பொருத்தளவில் பார்கவி என் நீர்வண்ண ஓவியம் போலவே இன்னும் வெளிநடையில் அமர்ந்து என்னை எதிர்பார்த்து ஏக்கத்தோடு காத்துக்கிடந்தாள். நான்தான் கோழையாகப் பார்கவியைத் தேடிப்போகாதவனாக இருந்தேன்.

■

09

காலங்கள் ஓடிவிட்டன. கோடைக்காலத் தினமொன்றில் திடீரென ஊருக்குப் போக முடிவு எடுத்தேன். சப்தங்களும் குரல்களும் நிரம்பியிருந்த பம்பாய் நகரத்திலிருந்து விடுபட்டேன். ரயில் காற்றடங்கிய வெக்கையோடுதான் பயணித்தது. இரு தினங்கள் கழித்துச் சாம்பல் பூத்த மேற்கு அந்தி வானத்தைப் பார்த்தபடியே புஷ்பகிரி பேருந்திலிருந்து இறங்கினேன். வீதியில் எதிர்பட்ட தெரிந்தவர்களிடம்கூட எதுவும் பேசாமலே நடந்தேன். வீட்டின் தொட்டிக் கட்டு வாசலில் போய் நின்றேன். என் கண்கள் பார்கவியைத் தேடின. அந்த நேரம் ஆசாரத்து திண்ணையிலிருந்து சித்தப்பா ஆத்திரத்தோடு இறங்கி ஓடிவந்தார். விட்டத்தில் சொருகி வைத்திருந்த வீச்சரிவாளை எடுத்துக்கொண்டு வெட்டுவதற்கு என்னை நெருங்கினார். நான் அமைதியாகவே நின்றேன். ஓங்கிய

வீச்சரிவாளின் குறி பிசகி தள்ளிப்போனது. எங்கிருந்தோ ஓடிவந்து சித்தியும் பார்கவியும் சித்தப்பாவின் கைகளைக் கெட்டியாகப் பிடித்துக்கொண்டனர். சித்தப்பா ஆத்திரம் தீராமல் என்னைத் திட்டியபடி ஆவேசமாகத் துள்ளினார். சிறு போராட்டத்துக்குப் பின் வீச்சரிவாள் தொட்டிவாசல் காரைப்பூச்சில் மோதி சப்தம் எழுப்பிற்று. சித்தப்பா சித்தியையும் பார்கவியையும் பார்த்து கத்தினார்.

“இவெ இங்கிருக்கனுமுன்னா இப்ப நாங்கூப்பிடற எடத்துக்கு வரனும்.”

சித்தியும் பார்கவியும் பயம் கலந்த மிரட்சியுடன் என்னைப் பார்த்தனர். நான் சித்தப்பாவுடன் புறப்படத் தயாரானேன். சித்தப்பா வெளிநடை திண்ணையிலிருந்து மொபட்டை நகர்த்தி எடுத்தார். நான் ஏறிக்கொண்டேன். மொபட் நேராகக் கோட்டை மாரியம்மன் கோவில் போய்நின்றது. சித்தப்பா சாமியின் முன்னே என்னை இழுத்துப்போனார். கோவில் பண்டாரத்திடம் சூடம் பற்றவைக்கச் சொன்னார்.

“சூடம் அவிச்சுச் சத்தியம் பண்றா பாக்கலாம்... பார்கவிய நீ ஏமாத்தலையின்னு.”

நான் கோட்டைமாரியம்மனைப் பார்த்தேன். சிரசில் செம்பருத்தி பூ, கழுத்தில் செவ்வரளி மாலை. மேனியில் நீலவண்ணச் சேலை. கோட்டைமாரியம்மன் தீட்சன்யமாக என்னையே நோக்கினாள். நான் அதிக நேரம் யோசிக்கவில்லை. மனதுக்குள் மன்னிப்புக் கேட்டுக்கொண்டேன். சட்டென வலதுகை ஓங்கி சூடத்தை அவித்தேன். தீயில் கன்றிய உள்ளங்கையைச் சித்தப்பாவிடம் காட்டினேன். சித்தப்பாவுக்கு இன்னும் ஆத்திரம் அதிகமானது.

"உனக்குக் கண்ணு கொடுத்த சாமி இது. பொய் சத்தியம் கீது பண்ணீருந்தீன்னா நீ வெளங்க மாட்டே பாத்துக்கோ."

நான் மௌனமாகவே இருந்தேன். சித்தப்பாவுக்கு ஆத்திரம் தணிந்த பாடில்லை.

"இன்னிக்கு நடுசாமத்திலேயே வேட்டைக்குப் போற சாமி வந்து உன்னைக் கொல்லாம வுடாது."

சித்தப்பா மொபட்டைக் கிளப்பிக்கொண்டு போய்விட்டார். சித்தப்பா என்னை இங்கு விட்டு விட்டுப் போனதுகூட நடுசாமத்தில் வேட்டைக்குப் புறப்படும் சாமியிடம் நான் மரணமடைய வேண்டும் என்கிற எண்ணத்தில்தான் என்று அனுமானித்தேன். கோவில் அருகிலேயே இருப்பது என்று முடிவுசெய்தேன். நேரம் செல்ல மறுத்தது. நடந்து ஆற்றுக்குப் போனேன். மணல் விரிந்து கிடந்தது. மத்தியில் கொஞ்சமாகத் தண்ணீர் ஓடிக்கொண்டிருந்தது. தேசாந்திரக்காரன் உட்காரும் பாறையில் கருநாய்ப் படுத்திருந்தது. நான் பாறையின் எதிராகச் சூடான மணல் பரப்பில் உட்கார்ந்து கொண்டேன். கருநாயையே உற்றுப்பார்த்த படியிருந்தேன். கருநாய் என்னைச் சட்டை செய்ய வில்லை. திடீரெனக் கருநாயைப் பாறையில் காண வில்லை. கருநாய் எழுந்துபோவதற்கான சாத்தியமே இல்லை. கருநாய் மறைந்துபோனது எப்படி என்று குழப்பம் ஏற்பட்டது. மடுவு விட்டு மடுவுக்குத் தாவும் கெண்டை மீன்கள் குதித்துக் கடந்தன. நடுசாமத்திற்குச் சற்றுமுன்பு நான் எழுந்து கோவிலுக்கு வந்தேன். வெளிநடைக் கதவு கல்படிக்கட்டில் உட்கார்ந்து கொண்டேன்.

மாயாதீதம்

நடுசாமம் ஆயிற்று. கோவில் பிரகார ஊஞ்சல் கிறீச்சிட்டு அசைந்தது. வேல்மணிகள் சலசலத்து ஒலித்தன. மதில்மேல் அமர்ந்திருந்த குறுட்டாந்தைகள் குடுகிப் பறந்தன. வடக்காலக் கொட்டக்கார மடம் செல்லும் ஒற்றைகால் தடத்தில் நின்று தேசாந்திரக்காரன் சப்தமிட்டான்.

"வேட்டைக்குப் புறப்படற சாமி ஒருநாள் உன்னைக் கொல்லும். ஆனா இன்னிக்கு இல்லை... எந்திரிச்சு வா போகலாம்."

நான் வசியத்துக்குக் கட்டுப்பட்டவன்போல் எழுந்து தேசாந்திரக்காரன் பின்னே நடந்தேன். வடக்காலக் கொட்டக்கார மடம் தாண்டி வடக்கே போகும் மண்சாலையில் தேசாந்திரக்காரன் என்னைக் கூட்டிக்கொண்டு நடந்தான். இருவரும் எதுவும் பேசிக் கொள்ளவில்லை. மெதுவாக வீசும் கோடைக் காற்றில் சூர்யகாந்தி பூவின் வாசனை கலந்துவந்தது. வெளி உப்பிசமாக இருந்தது. சங்கரண்டாம்பாளையத்து வீதியில் காராட்டுப் பூனைகள் துரத்தி விளையாடிக் கொண்டிருந்தன. ஆலமர பேருந்து நிறுத்தம் வந்து சேர்ந்தபோதும் இருவரும் எதுவும் பேசிக்கொள்ள வில்லை. நான்கு மணிக்கு தாராபுரத்திலிருந்து கொடுமுடி செல்லும் தனியார் பேருந்து வந்துநின்றது. நான் தேசாந்திரக்காரனைப் பார்த்தேன். ஏறிக்கொள்ளும்படி கைச்சாடை காட்டினான். பின்படிக்கட்டில் ஏறிக் கொண்டேன். பேருந்து கிளம்பியது. நான் திரும்பி தேசாந்திரக்காரனைப் பார்த்தேன். ஆற்றுப் பாறையில் பார்த்த கருநாய் நின்றுகொண்டிருந்தது. நான் திடுக்கிட்டுப் போனேன். பேருந்து வேகம் பிடித்தது.

நான் பிரக்ஞைக்கு வர வெகுநேரம் பிடித்தது. இதுவரை நடந்தது பிரமையா அல்லது கனவா எனக் கண்டுணர முடியாத மனநிலை என்னைத் தொற்றியது. மும்பை போனபின்பும் இந்த நிகழ்வுகள் என்னைத் திகிலடையச் செய்துக்கொண்டேயிருந்தன. இந்தப் பூடகமான நிகழ்வுகள் உணர்த்தும் விசயம் என்ன வென்று கண்டுணர முயன்றேன். காலத்தின் மாய விளையாட்டு என்பதே இறுதியான பதிலாக இருந்தது.

■

10

இருண்மையான மனவெளியில் என் வாழ்வில் நடந்த மாய விளையாட்டுத் தருணங்களை மறுபடியும் நிகழ்த்தி பார்த்தேன். நீர்வண்ண ஓவியங்களாக வெளிப்பட்டன. கண்காட்சியில் பாராட்டும் பணமும் குவிந்தன. இதனிடையே ராமகிருஷ்ணராஜ் தனக்கு வரும் சில இந்தி தெலுங்குத் திரைப்படங்களை என்னிடம் தள்ளிவிட்டார். பயணங்களிலும் படப் பிடிப்புகளிலுமே காலம் கடந்தது. எல்லாம் கிடைத்தும் தனிமை என்னை வாட்டியது. மனதுக்குள் தீவிரமான அதிருப்தியும் ஆழமான வெறுமையும் உருப்பெற்று வளர்ந்துகொண்டேயிருந்தது. ஊர் ஞாபகங்களும் அடிக்கடி எழுந்து கொண்டே இருந்தன. நிம்மதி துளியும் இல்லை. தமிழ் திரைப்படப் படப்பிடிப்பு ஒன்றிற்காகப் பொள்ளாச்சி வந்தவன் ஊர் செல்வது

என்கிற முடிவுடன் கிளம்பினேன். நேராக ஊருக்குச் செல்ல தயக்கம். சித்தப்பாவை எதிர் கொள்ளவும் பயம். நான் கோட்டைமாரியம்மன் கோவில் சென்று கல்படிக் கட்டில் அமர்ந்தேன். முன்னிரவில் எங்கும் இருட்டுக் கனத்திருந்தது.

நான் நடுசாமத்திற்காகக் காத்திருந்தேன். இந்த இரவில் சித்தப்பா சொன்னது நடக்குமோ என்கிற அச்சமும் என்னை ஆட்கொண்டிருந்தது. மனம் நிச்சலனமாகக் குழப்பமின்றியே இருந்தது. நான் கருவறை மீதே கண் பதித்திருந்தேன். சட்டென ஒற்றை அகல் அணைந்து கருவறை மறைந்தது. நான் பயத்துடன் உன்னித்துப் பார்த்தபடியே இருந்தேன். நேரம் கடந்தது. அரூப பரிவாரங்களின் தீபந்த ஒளியில்லை. விஸ்வரூபக் குதிரை முன்னங்கால் தூக்கி தாவும் தருணத்தில் நிற்கவில்லை.

திடீரென முதுகு அருகே நாயின் நெடுமூச்சு கேட்டது. நான் திரும்பினேன். நாக்குக் கடைவாயில் தொங்க அதே கருநாய் நின்றிருந்தது. வெகுதூரத்திலிருந்து ஓடிவருவதுபோல வயிறு இளப்பெடுத்தது. நான் எழுந்து கருநாயையும் கருவறையையும் மாறி மாறிப் பார்த்தேன். அப்போது தெற்கே ஊர் செல்லும் மண் சாலையிலிருந்து வெளிச்சப் புள்ளி தோன்றியது. நான் பார்த்துக் கொண்டிருக்கும்போதே சித்தப்பா மொபட்டில் வந்திறங்கினார்.

"ஏறு வண்டியில... நம்மூருக்குப் போலாம்."

எனக்கு எதுவும் புரியவில்லை. கருநாயை பார்த்தேன். கருநாய் மாயமுட்டதுபோல் மறைந்து இருந்தது. நான் மொபட்டில் ஏறி அமர்ந்தேன். ஊரைச் சமீபிக்கும்போது சித்தப்பா சொன்னார்.

"வெளித்திண்ணையில அசந்து தூங்கிட்டு இருந்தேன்டா. தேசாந்திரக்காரன் வந்து எழுப்பி, நீ இங்கிருக்கிறதா சொன்னான். அதுதான் ஓடிவந்தேன்."

"தேசாந்திரக்காரன் எப்பிடி வரமுடியும்?"

"அதுதாண்டா எனக்கும் புரியல."

நான் மேற்கொண்டு வேறு எதுவும் சித்தப்பாவிடம் சொல்லிக் கொள்ளவில்லை. நான் மொபட்டில் இருந்து இறங்கி வீட்டுக்குள் போகும்போது அதே கருநாய் வீதியில் இளப்பெடுத்தபடி நின்று என்னையே பார்த்துக்கொண்டிருப்பதைக் கண்டேன். சித்தி சந்தோஷப் பட்டாள். பார்கவி ஒரு வார்த்தை பேச வில்லை. பையன் பெரிதாக வளர்ந்திருந்தான். இரண்டாம் வகுப்புப் படிப்பதாகச் சொன்னான். பையனிடம் என் இளம்பிராயச் சாயல் அப்படியே படிந்திருந்தது. மூன்று தினங்கள் கடந்தன. தாயம்பாளையத்தில் ஒரு பெரிய காரியம் எனச் சித்தியை மாமா வந்து கூட்டிப்போனார். எனக்கு உறக்கமே வரவில்லை. விடிந்ததும் மும்பை புறப்படலாம் என்று யோசித்தபடியிருந்தேன். ஊர் அடங்கிய நடுநிசியில் ஏதோ அரவம் கேட்டுக் கட்டிலில் இருந்து எழுந்து உட்கார்ந்தேன். சித்தப்பா தொட்டிக்கட்டு வாசலில் இறங்கி நின்று என்னையும் பார்கவியையும் கூப்பிட்டார். எனக்குச் சித்தப்பாவின் செயல் வினோதமாக இருந்தது. பார்கவி உறக்கச் சடைவோடு எழுந்துவந்து ஆசாரத்துத் தூணைப் பிடித்து நின்றாள். ஆசாரத்துத் திண்ணையில் கார்த்திப் பரம சாந்தமாக உறங்கிக்கொண்டிருந்தான். சித்தப்பா பார்கவியைப் பார்த்துப் பேசினார்.

"இங்க பாரு கண்ணு... வேணு மேல எந்தக் குத்தமும் இல்ல. எல்லாம் உங்க அத்தை பண்ணினது.

இப்பவும் ஒன்னும் கெட்டுப் போகல. நீ வாழவேண்டிய பொண்ணு. நா... சொல்லறத கேளு. நீ பையனக் கூட்டிக்கிட்டு வேணுவோட போயிரு. இந்த ஊரு ரெண்டு நாளைக்குப் பேசும். அப்புறம் மறந்திரும். கார்த்திய நாங்க பாத்துக்கறோம். கவலப்படாம மொத வண்டிக்கே பொறப்படுங்க.”

பார்கவி பதிலேதும் கூறாமல் நின்றாள். எனக்கும் சித்தப்பாவின் பேச்சு அதிர்ச்சியாகவே இருந்தது. சித்தப்பா சட்டென ஆசாரத்துத் திண்ணையேறினார். அட்டாழியில் கைவிட்டுத் தகரப் பெட்டி ஒன்றை எடுத்தார். திறந்து திண்ணையில் கொட்டினார். அத்தனையும் நான் பார்கவிக்கு எழுதிய கடிதங்கள். பார்கவியின் காலடியில் விழுந்து சிதறின. பார்கவி குலுங்கி அழுதபடி உள்ளறைக்குள் ஓடி தாழிட்டுக் கொண்டாள். விடிகாலை வரை பார்கவி தேம்பித் தேம்பி அழும் குரல் கேட்டது. இளமதியம் வாக்கில் நான் மும்பை புறப்பட்டேன். அப்போதும் பார்கவி என்னிடம் பேசப் பிரியப்பட வில்லை. ஈரம் கசிந்த கண்களால் வெறித்தாள். என்னாலும் பார்கவியின் கண்களை நேரிட்டுப் பார்க்க முடியவில்லை.

மும்பையில் இறங்கிய சில தினங்களில் ராமகிருஷ்ணராஜ் என்னை ஹாலிவுட் படத்தில் வேலைப் பார்க்க அழைத்துப் போய்விட்டார். தென் அமெரிக்க மலைப் பகுதியில் பிரமாண்டமான செட் அமைக்கும் பணி. படப்பிடிப்பு முடிய இரண்டு வருடங்கள் ஆயிற்று. மும்பை திரும்பிய எனக்கு மறுபடியும் தனிமை. சதா வெறுமையும் விரக்தியும் கவ்வியது. ஓவியத்தில் மனசு லயக்கவில்லை. திரைப்படத்தில் வேலை பார்ப்பதும் பிடிக்கவில்லை.

வாழ்வின் இறுதிக் கட்டத்திற்கு வந்தது போல் தோன்றியது. காலத்தின் மாய விளையாட்டு என்னை மீண்டும் கோட்டைமாரியம்மன் கோவிலுக்கு இழுத்து வந்தது.

யாருமில்லாத இரவு நேரத்தில் அதே கல்படிக்கட்டில் போய் உட்கார்ந்தேன். நடுசாமத்திற்காகக் காத்திருந்தேன். இந்தமுறை வேட்டைக்குப் புறப்படும் கோட்டைமாரியம்மன் என்னைக் காவு வாங்கவேண்டும் என்று மனதாரப் பிரியப்பட்டேன். தேசாந்திரக்காரன் சொன்ன அந்த ஒருநாளும் நெருங்கிவிட்டதாகப் பட்டது. கருவறையில் எரியும் ஒற்றை அகல் ஒளி காற்றுக்கு நடுங்கி அசைந்துகொண்டிருந்தது. நான் வேட்டைக்குக் கிளம்பும் கோட்டைமாரியம்மனை எதிர்பார்த்து உட்கார்ந்திருந்தேன்.

∎

11

பிரக்ஞையின்றிக் கிடந்த என்னை யாரோ தட்டி எழுப்பினார்கள். நான் மெல்லக் கண் விழித்தேன். எதிரில் தேசாந்திரக்காரன் நின்றிருந்தான். அப்போது சூழ்ந்து நின்ற இருளில் அரூப பரிவாரங்களின் தீபந்தங்கள் திடீரெனத் தோன்றி முன்னேறின. விஸ்வரூபக் குதிரை கனைக்கும் ஓசை கேட்டது. நான் எழுந்து செவிகளையும் கண்களையும் கூர்மையாக்கிக் கொண்டேன். ஆற்றுப் பாதையில் அரூப பரிவாரங்களோடு விஸ்வரூபக் குதிரையில் கோட்டை மாரியம்மன் வேட்டை முடிந்து கோவிலை நோக்கித் திரும்பி வந்து கொண்டிருந்தாள். எட்டு கரங்களும் தாங்கியிருந்த கூராயுதங்கள் நேராக என்னை வதம் செய்ய வருவதாகத் தோன்றியது. மரணமுறும் தருவாயில் இருப்பதாகப் பட்டது. நான் பார்த்துக் கொண்டிருக்கும் போதே தேசாந்திரக்காரன்

மறைந்துவிட்டான். தீபந்த ஒளிகள் என்னை நெருங்கின. விஸ்வரூபக் குதிரையும் என்னை நெருங்கிற்று. நான் அப்படியே நின்று கொண்டிருந்தேன். எனக்கு எதுவுமே நிகழவில்லை. அவைகள் என்னைத் தாண்டிப் போய் விட்டனவா என்று கண்டுணர முடியவில்லை. நான் பிரக்ஞையோடுதான் இருக்கிறேனாவென்று சோதித்துப் பார்க்க நினைத்தேன். சற்றுத் தூரம் நடந்து பார்த்தேன். என்னால் நடக்க முடிந்தது. திரும்பி தைரியமாகக் கோவில் வரை நடந்தேன். வெளிநடை கல்படிக்கட்டேறி உள்ளே பார்த்தேன். அலாதி தனிமையும் சிறு அரவமுமற்ற ஏகாந்தத்தில் கருவறை இருந்தது. அகல் சுடர்ந்து பிரகாசித்துக்கொண்டிருந்தது. அந்த நேரம் திடீரெனக் கருநாய்க் குரைத்தது. நான் திரும்பினேன். கருநாய் ஆற்றை நோக்கி நடந்தது. நான் மறுபடியும் வசியப்பட்டவன் போல் கருநாயைப் பின்தொடர்ந்தேன். இருளில் ஈரமணல் சென்று பார்த்தபோது கருநாயைக் காணவில்லை. நான் சுற்றும் முற்றும் துலாவினேன். இருந்திருந்தாற்போல் தேசாந்திரக்காரன் பாடினான்.

"மாயை மறைக்க மறைந்த மறைபொருள்
மாயை மறைய வெளிப்படும் அப்பொருள்
மாயை மறைய மறைய வல்லார்கட்குக்
காயமும் இல்லை கருத்தில்லை தானே"

தேசாந்திரக்காரனின் பாடல் கேட்டுக்கொண்டே இருந்தது. எந்தத் திசையிலிருந்து பாடல் வருகிறது எனக் கண்டுணரவும் முடியவில்லை. பாடலின் பொருளும் எனக்கு விளங்கவில்லை. நான் நீருக்குள் இறங்கி முன்பு தேசாந்திரக்காரன் உட்கார்ந்திருக்கும் பாறைக்குப் போனேன். கருநாய் சுருண்டு படுத்திருந்தது. நானும் பாறையில் உட்கார்ந்துக்கொண்டேன்.

பின்னிரவு மெதுவாகக் கடந்தது. கருநாய் என்னைக் கண்டுக்கொள்ளாமல் ஆழ்ந்த உறக்கத்திலேயே இருந்தது. நான் புரிதலுக்கு அப்பாற்பட்ட விசயங்களை வாழ்க்கை ஏன் தொடர்ந்து தந்துகொண்டேயிருக்கிறது என்று யோசித்தபடியே இருந்தேன். பஞ்ச பாண்டவர்களுக்குத் துணையாக வந்த சாளுவன் என்னும் நாய் போல இந்தக் கருநாயும் எனக்கு ஏன் துணையாக அவ்வப்போது வருகிறது என்கிற கேள்வியும் எழுந்தது. எல்லாக் கணத்தின் நிகழ்வுகளும் எதார்த்த வெளியில் நிகழாமல் மாயப் பிராந்தியத்தில் ஏன் நிகழ்கிறது என்கிற குழப்பமும் மேலிட்டது.

வைகறைக் கிழக்கு வானில் எரிவிண்மீன்கள் அடுத்தடுத்து சரிந்து விழுந்தன. பாறையோரத்து நீர்ப்பிரவாகத்தில் சிப்பிலிக் கெண்டை மீன்கள் துடுப்பசைத்து நீந்திக்கொண்டிருந்தன. பாறையின் அருகாமையில் யாரோ நீருக்குள் இறங்கி குளிப்பது தெரிந்தது. காரிருளில் எவரென அடையாளம் காண முடியவில்லை. சம்பாஷனைகள் மட்டும் கேட்டன.

“தாத்தா... எனக்குக் கண்பார்வை திரும்புமா?”

“ஏந் திரும்பாது? உங்க அப்பனுக்குத் திரும்பலையா என்ன?”

“கார்த்தி அப்பாவுக்கா?”

“இல்லடா வேணு அப்பாவுக்கு”

“ஓ... பெரியப்பாவச் சொல்றீங்களா?”

நான் திடுக்கிட்டுப் போனேன். எழுந்து நீருக்குள் குதித்தேன். மூன்றுமுறை முங்கி எழுந்தேன். உடையிலும் உடம்பிலும் நீர்ச் சொட்ட சொட்ட சித்தப்பாவிடம்

போய் அமுதக் கலயத்தைப் பிடிங்கினேன். பையனைத் தூக்கி தோளில் வைத்தேன். நீருக்குள் அக்கரை நோக்கி நடக்க ஆரம்பித்தேன். பாறை மீது படுத்திருந்த கருநாயும் எழுந்து நீருக்குள் குதித்தது. நீந்தி எங்களிடம் வந்துசேர்ந்தது. அக்கரை மணற்பரப்பு கடந்து நாணல் களிடையே மேடேரும்போது நான் திரும்பிப் பார்த்தேன். சித்தப்பா இன்னும் எங்களையே பார்த்துக் கொண்டு நின்றிருப்பது நிழலுருவாய்த் தெரிந்தது. எனக்கு ஒரு மாயையிலிருந்து இன்னொரு மாயைக்கு மாறிவிட்டதுபோல் இருந்தது. நாணல் வழியில் முன்னே போன கருநாய் சட்டெடன மறைந்துவிட்டது. தேசாந்திரக்காரன் நடந்து போய்க்கொண்டிருந்தான். அதே பாடலை மீண்டும் மீண்டும் பாட ஆரம்பித்தான்.

"மாயை மறைக்க மறைந்த மறைபொருள்
மாயை மறைய வெளிப்படும் அப்பொருள்..."

ஆற்றின் அக்கரை மேடேறி குறும்பனைக் கருக்குத் தடத்தில் நடந்தபோது பையன் சப்தமிட்டான்.

"பெரியப்பா... கருநாயி ஏனோ நிக்காம ஊளை இடுது. என்னன்னு பாருங்க"

"நாயி எங்கடா ஊளயிடுது? தேசாந்திரக்காரந்தான் பாடுறான்."

பையன் சட்டெனத் திரும்பி புரியாமல் பார்த்தான். நான் பதிலேதும் கூறமுடியாமல் பையனைப் பார்த்தேன். குறும்பனைக் கருக்குத் தடத்திற்கப்பால் கீழ்வானில் விடியல் ஒளி படர்ந்தது.

■